പുസ്തകം 19

കുഞ്ഞാലിമരയ്ക്കാർ

Kunhalimarakkar

Dr. K C Vijayaraghavan
Dr. K M Jayasree

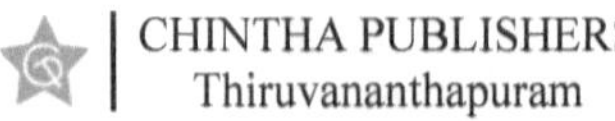 CHINTHA PUBLISHERS
Thiruvananthapuram

First Edition
October 2016

Second Edition
January 2018

Third Edition
April 2019

Second Impression
April 2021

Published & Typesetting
Chintha Publishers, Thiruvananthapuram

Cover Design
Midas

ISBN - 978-93-86112-85-9

CR - NS - 19 / 2103 / 5450

Email: chinthapublishers@gmail.com
Website: www.chinthapublishers.com

Distribution
DESHABHIMANI BOOKHOUSE
H O Thiruvananthapuram 695035

Branch
Head Office Kunnukuzhi • Statue Thiruvananthapuram •
KSRTC Bus Station Thiruvananthapuram
KSRTC Bus Station Alappuzha • KSRTC Bus Station Ernakulam •
Machingal Lane Thrissur • IG Road Kozhikode •
Mavoor Road Kozhikode • NGO Union Building Kannur •
Central Bus Terminal Complex Thavakkara Kannur

കുഞ്ഞാലിമരയ്ക്കാർ

ഡോ. കെ സി വിജയരാഘവൻ

ഡോ. കെ എം ജയശ്രീ

ചിന്ത പബ്ലിഷേഴ്സ്

തിരുവനന്തപുരം-695 035

ഡോ. കെ സി വിജയരാഘവൻ

ലോകനാർകാവ് സ്വദേശി. അച്ഛൻ: വി കെ കൃഷ്ണൻ നായർ. അമ്മ: കെ സി ലക്ഷ്മി അമ്മ. ചരിത്രത്തിൽ ബിരുദാനന്തരബിരുദം. ആഗ്ര യൂണിവേഴ്സിറ്റിയിൽനിന്നും Ph.D. കൊയിലാണ്ടി ഗവൺമെന്റ് കോളേജ് മുൻ ചരിത്ര വകുപ്പ് മേധാവി.

ഡോ. കെ എം ജയശ്രീ

തൃപ്പുണിത്തുറ കരകുളത്ത് കുടുംബാംഗം. അച്ഛൻ: ഡോ. കെ മാധവൻനായർ. അമ്മ: കെ. മീനാക്ഷി അമ്മ. ചരിത്ര ത്തിൽ ബിരുദാനന്തരബിരുദം. ആഗ്ര യൂണിവേഴ്സിറ്റിയിൽ നിന്നും Ph.D. കൊയിലാണ്ടി ഗവൺമെന്റ് കോളേജ് മുൻ പ്രിൻസിപ്പൽ.

മക്കൾ   : ഡോ. വിവേക്. വി ജെ,
             ഡോ. ജയകൃഷ്ണൻ വി ജെ
വിലാസം : കൃഷ്ണപാദം,
             പോസ്റ്റ് സിദ്ധസമാജം, വടകര-4
ഫോൺ   : 0496 2528622, 9447058622

ഉള്ളടക്കം

സമർപ്പണം

രാജ്യത്തിന്റെ ഐക്യത്തിനും അഖണ്ഡതയ്ക്കും സ്വാത
ന്ത്ര്യത്തിനുംവേണ്ടി ജീവിതം ബലിയർപ്പിച്ച ചരിത്രത്തിൽ
അറിയപ്പെടുന്നവരും അല്ലാത്തവരുമായ എല്ലാ പോരാളി
കളുടെയും രക്തസാക്ഷികളുടെയും പാവനസ്മരണയ്
ക്കായി ഞങ്ങൾ ഈ പുസ്തകം സമർപ്പിക്കുന്നു.

പ്രസാധകക്കുറിപ്പ്

ഇന്നത്തെ കേരളം ഒരു സുപ്രഭാതത്തിൽ ഉണ്ടായതല്ല. സഹസ്രാ ബ്ദങ്ങളുടെ ചരിത്രമുണ്ട് അതിന്. ഇരുപതാം നൂറ്റാണ്ടിന്റെ പകുതിവരെ ജന്മിനാടുവാഴിത്തത്തിന്റെ അധീശത്വവും അധികാരവുമാണ് കേരളത്തി ലുണ്ടായിരുന്നത്. വ്യവസായവല്ക്കരണവും യുക്തിചിന്തയും കേരളീയ ജീവിതത്തിൽ വിവിധകാലങ്ങളിൽ ഗണനീയമായ പരിവർത്തനമുണ്ടാ ക്കിയിട്ടുണ്ട്. വിദേശീയരുമായുള്ള കേരളീയരുടെ സമ്പർക്കം ആരംഭി ച്ചത് ആയിരക്കണക്കിന് വർഷങ്ങൾക്കുമുമ്പാണ്. കേരളത്തിന്റെ സുഗ ന്ധദ്രവ്യങ്ങൾക്കുവേണ്ടിയുള്ള മത്സരം യൂറോപ്യന്മാരുടെ ഭൂപരമായ കണ്ടെത്തലുകൾക്ക് കാരണമായിരുന്നു. ബി സി 3000 മുതൽ സുഗന്ധ ദ്രവ്യങ്ങൾക്കുവേണ്ടിയുള്ള ഈ പര്യവേക്ഷണങ്ങൾ ആരംഭിച്ചിരിക്കണം. സഹ്യപർവ്വതത്തിന്റെ പടിഞ്ഞാറുഭാഗത്തായി മലനിരകളും ഇടനാടും സമതലവും ചേർന്ന ഈ പ്രദേശം എക്കാലത്തും വ്യത്യസ്തമായ ഒരു പ്രദേശമായിരുന്നു. നാനാജാതിമതങ്ങൾക്ക് താവളവും അഭയവുമായി രുന്നു കേരളം.

ആധുനിക കേരളത്തിന്റെ ഭാവരൂപങ്ങൾ രൂപപ്പെടുത്തിയ അനേകം മഹാവ്യക്തിത്വങ്ങളുണ്ട്. അവർ ജീവിച്ച കാലഘട്ടവുമായി സംഘർഷ ത്തിലേർപ്പെട്ട് ഉയർന്നുവന്നവരാണവർ. അവരിൽ ഭരണാധികാരികളുണ്ട്, കലാകാരന്മാരുണ്ട്, സാഹിത്യകാരന്മാരുണ്ട്, ദാർശനികരും രാഷ്ട്രമീമാം സക്കാരുമുണ്ട്.

ഒരു കാര്യം സുവ്യക്തമാണ്. ഇന്ത്യാ രാജ്യത്തിന്റെ ഏറ്റവും തെക്കേ അറ്റത്തുള്ള ഈ ഭൂപ്രദേശം നീതിമാന്മാരെ വരിക്കാൻ എല്ലായ്പ്പോഴും സന്നദ്ധമായിട്ടുണ്ട്. മഹാബലിയെ സ്വന്തം രാജാവായി വരിക്കാൻ മല യാളദേശം സന്നദ്ധമായെന്ന കഥ തീർച്ചയായും നീതിമാന്മാരെ അംഗീ

കരിക്കുന്ന ഒരു ജനസംസ്കാരത്തിൽ നിന്നുള്ള ഉപലബ്ധിയാണ്. നീതി ക്കുവേണ്ടിയുള്ള ഈ ദാഹത്തിൽ നിന്നാണ് കേരളം വിദേശവാഴ്ച ക്കെതിരെ ആയുധമെടുത്തത്, പിന്നീട് സ്വന്തം മനസ്സുകളുടെ ഇരുൾ ക്കയ്യങ്ങളിലേക്ക് നൂതനചിന്തയുടെയും, സമരത്തിന്റെയും പ്രകാശരശ്മി കൾ ഏറ്റുവാങ്ങിയത്. നവോത്ഥാനത്തിലേക്ക് കേരളം നയിക്കപ്പെട്ടത് ഇങ്ങനെയാണ്.

ഇരുപതാം നൂറ്റാണ്ടിലെ കേരളം തിളച്ചുമറിയുന്ന ഒരു പാത്രം പോലെയായിരുന്നു. രാഷ്ട്രീയമുന്നേറ്റങ്ങളും പോരാട്ടങ്ങളും കേരളീയ ജീവിതത്തിന്റെ സ്വാഭാവികമായ അവസ്ഥയായി മാറി. പഴമയുടെ കാവൽക്കാരായ നാടുവാഴി-ഭൂപ്രഭുവർഗ്ഗത്തിനെതിരെ മാനസികവും ഭൗതികവുമായ പോരാട്ടങ്ങളുണ്ടായി. ഇത് കേരളീയരുടെ ഭൗതിക ജീവി തത്തെ മാത്രമല്ല, മാനസിക ജീവിതത്തെയും മാറ്റിമറിച്ചു. കവിതയിലും (സാമാന്യമായി സാഹിത്യത്തിലും) ചിന്തയിലും രാഷ്ട്രീയ പ്രവർത്തന ത്തിലുമെല്ലാം ഈ മാറ്റം പ്രകടമായിരുന്നു.

ഈ പരിവർത്തനങ്ങൾക്ക് രൂപംനല്കിയവരെയാണ് 'നവകേരള ശില്പികൾ' എന്ന പരമ്പരയിലൂടെ ചിന്ത പരിചയപ്പെടുത്തുന്നത്. നമ്മുടെ അറിവും ഉറവും നിർണ്ണയിക്കുന്നതിൽ നവകേരളശില്പികൾ വലിയ പങ്കു വഹിച്ചു. അവരുടെ ചരിത്രം അറിയുന്നത് കേരളീയ ജീവിതം മുന്നോട്ടു കൊണ്ടുപോവുന്നതിനുള്ള ഒരു മുന്നുപാധിയാണ്. നവകേരളശില്പികൾ എന്ന പരമ്പരയിലെ ഓരോ പുസ്തകവും ഈ ദൗത്യം നിർവ്വഹിക്കു ന്നുണ്ട്.

ശ്രീ. പ്രദീപ് പനങ്ങാടാണ് ഈ പരമ്പരയുടെ എഡിറ്റർ. അദ്ദേഹ ത്തിനും പരമ്പരയിലേക്ക് പുസ്തകങ്ങൾ തയ്യാറാക്കുന്ന എഴു ത്തുകാർക്കും ചിന്ത പബ്ലിഷേഴ്സ് കൃതജ്ഞത അറിയിക്കുന്നു. *കുഞ്ഞാലി മരയ്ക്കാർ* എന്ന ഈ ഗ്രന്ഥത്തിന്റെ രണ്ടാം പതിപ്പ് സസന്തോഷം പുറത്തിറക്കുന്നു.

ചിന്ത പബ്ലിഷേഴ്സ്

അധിനിവേശത്തിനെതിരെ
അഭിമാനത്തിന്റെ പോരാട്ടം

അധിനിവേശത്തിനെതിരെ വിവിധ തലങ്ങളിൽ നടത്തുന്ന പോരാ ട്ടങ്ങളുടെ ഈ സന്ദർഭത്തിൽ കുഞ്ഞാലിമരയ്ക്കാരുടെ ജീവിത ചരിത്രം പ്രസക്തവും പ്രാധാന്യവുമുള്ളതാണ്. ഒരു ജനതയുടെ മേൽ രാഷ്ട്രീ യവും സാമ്പത്തികവും വാണിജ്യപരവുമായ അധിനിവേശം നടത്തിയ വൈദേശിക ശക്തിയെ പോരാടി തോല്പിച്ച കുഞ്ഞാലിമരയ്ക്കാർമാർ കേരളത്തിന്റെ സ്വാതന്ത്ര്യ സമര ചരിത്രത്തിലെ ധീരനായകന്മാരാണ്. നിരവധി പരിമിതികൾക്കുള്ളിൽനിന്നുകൊണ്ട് നടത്തിയ പോരാട്ടങ്ങൾ ഉജ്ജ്വലവും ആവേശഭരിതവുമായിരുന്നു.

പാഠപുസ്തകങ്ങളിലെ ചെറിയ വിവരണങ്ങൾക്കപ്പുറത്തേക്ക് കുഞ്ഞാലിമരയ്ക്കാർമാരുടെ ജീവിതകഥകൾ എത്തിയിട്ടില്ല. ഒരു സമൂ ഹത്തിന്റെയും ഭരണാധികാരത്തിന്റെയും സാമ്പത്തിക ബന്ധങ്ങളുടെയും വ്യത്യസ്തതലങ്ങളിലേക്ക് കടന്നുപോകാൻ പ്രേരിപ്പിക്കുന്നതാണ് കുഞ്ഞാലിമരയ്ക്കാരുടെ കാലം. കേരളത്തിലെ, പ്രത്യേകിച്ച് മലബാറിലെ സവിശേഷമായ ചരിത്ര ഘട്ടങ്ങളിലേക്ക് കടക്കാനുള്ള വാതായനങ്ങളാണ് അത് തുറന്നിടുന്നത്. കൃത്യവും വ്യക്തവുമായ ചരിത്ര സമീപനത്തിലൂടെ മാത്രമേ കുഞ്ഞാലിമരയ്ക്കാരുടെ ജീവിതത്തെക്കുറിച്ച് ഒരു രൂപരേഖ സൃഷ്ടിക്കാൻ കഴിയൂ. വ്യത്യസ്ത ചരിത്രപരായണങ്ങളിലൂടെയും യാത്രാ വിവരണഭാഗങ്ങളിലൂടെയും, ചരിത്രരേഖാ പരിശോധനയിലൂടെയും വേണം ആ ജീവചരിത്ര പഥത്തിലേക്ക് എത്താൻ. കാരണം പുതിയ കാലത്തിന്റെ ചരിത്രവായന സൂക്ഷ്മവും ജാഗ്രത്തുമാണ്.

തികഞ്ഞ ലക്ഷ്യബോധത്തോടെയുള്ള ചരിത്ര രചനയാണ്, *കുഞ്ഞാ ലിമരയ്ക്കാർ* എന്ന ഈ ഗ്രന്ഥത്തിൽ ഡോ. കെ സി വിജയരാഘവനും, ഡോ. കെ എം ജയശ്രീയും നിർവ്വഹിക്കുന്നത്. മലബാറിന്റെ രാഷ്ട്രീയ

ചരിത്രവും പ്രത്യേകിച്ച് കോഴിക്കോടിന്റെ സമ്പന്നമായ പൈതൃകവും ഇവിടെ അവതരിപ്പിക്കുന്നുണ്ട്. രാഷ്ട്രീയവും സാംസ്കാരികവുമായ സ്വാതന്ത്ര്യം നേടിയ കേരളീയ ജനതയെ അതിലേക്ക് നയിച്ച ധീര നായകന്മാരുടെ ഇത്തരം ചരിത്രവായന, പുതിയ ഉൾക്കാഴ്ചകൾ രൂപീകരിക്കാൻ പ്രേരിപ്പിക്കും. 'നവകേരള ശില്പികൾ' എന്ന പരമ്പരയിൽ ഉൾപ്പെടുത്തി ഈ പുസ്തകം പ്രസിദ്ധീകരിക്കാൻ കഴിഞ്ഞതിൽ അഭിമാനിക്കുന്നു. സന്തോഷിക്കുന്നു.

പ്രദീപ് പനങ്ങാട്

എഡിറ്റർ

നവകേരള ശില്പികൾ

ജീവചരിത്രപരമ്പര

ആമുഖം

അധിനിവേശത്തിന്റെ പ്രത്യയശാസ്ത്രങ്ങളും രൂപഭാവങ്ങളും സൈദ്ധാന്തികമായി അജ്ഞാതമായിരുന്ന കാലത്ത് സ്വാനുഭവ ത്തിൽനിന്നും മനസ്സിലാക്കിയ ആ വിപത്തിനെതിരെ പോരാടാൻ നിശ്ചയിച്ച ധീരരായ നാവികപ്പടത്തലവന്മാർ സാമ്രാജ്യശക്തിക്കെതിരെ നടത്തിയ ഉജ്ജ്വല പോരാട്ടത്തിന്റെ ചരിത്രം വർത്തമാനകാലത്തും ഏറെ പ്രസക്തമാണ്. ഇന്ത്യയിൽ ബ്രിട്ടീഷ് കോളനിവാഴ്ചയ്ക്കെതിരെ പതിനെട്ട്, പത്തൊമ്പത് നൂറ്റാണ്ടുകളിൽ ചെറുത്തുനില്പുസമരങ്ങൾ വിവിധ പ്രദേശങ്ങളിൽ ആരംഭിച്ചു. 1757 ലെ പ്ലാസിയുദ്ധം ബംഗാളിന്റെയും തുടർന്ന് ഇന്ത്യയുടെയും ബ്രിട്ടീഷാധിപത്യത്തിന് വഴിയൊരുക്കി. 1857വരെ രാജ്യത്തിന്റെ ഏതെങ്കിലുമൊരു ഭാഗത്ത് സായുധകലാപം നടക്കാത്ത ഒരൊറ്റ വർഷംപോലുമുണ്ടായിരുന്നില്ല. ബംഗാളിലും ബീഹാറിലുമാണ് ഇത്തരം ചെറുത്തുനില്പുകൾ ആദ്യം ആരംഭിച്ചത്. 1763 മുതൽ 1856 വരെ ഇന്ത്യയുടെ വിവിധ ഭാഗങ്ങളിൽ ജനകീയ കലാപങ്ങൾ ശക്തമായി.

വൈദേശികാധിപത്യത്തിന്റെയും അതിനെതിരായ ചെറുത്തുനില്പി ന്റെയും അടിവേര് തേടിച്ചെന്നാൽ 16-ാം നൂറ്റാണ്ടിൽ പോർച്ചുഗീസ് ശക്തി കേരളത്തിൽ നടത്തിയ അധിനിവേശ ശ്രമങ്ങളിലേക്കും അതിനെതിരായ ചെറുത്തുനില്പുകളിലേക്കുമാണ് എത്തിച്ചേരുക. ബ്രിട്ടീഷ് സാമ്രാജ്യ ത്വശക്തിയെ പിടിച്ചുലച്ച 1857 ലെ ഒന്നാം സ്വാതന്ത്ര്യസമരം എന്ന ബഹുജനമുന്നേറ്റത്തിനും ഏകദേശം 350 വർഷങ്ങൾക്കുമുമ്പ് വൈദേ ശികാധിപത്യത്തിനെതിരായുള്ള പോരാട്ടം ഇന്ത്യയിൽ ആരംഭിച്ചുകഴി ഞ്ഞിരുന്നു. അധിനിവേശമോഹവുമായി എത്തിയ പോർച്ചുഗീസ് ശക്തിയുമായി വിട്ടുവീഴ്ചയില്ലാത്ത പോരാട്ടം നടത്തിയത് കോഴിക്കോട്

സാമൂതിരിയുടെ നാവികസൈന്യാധിപന്മാരായ നാലു കുഞ്ഞാലിമര
യ്ക്കാർമാർ ആയിരുന്നു. കുഞ്ഞാലിമരയ്ക്കാർമാർ എന്ന പേരിൽ പ്രശ
സ്തരായ നാവികപ്പടത്തലവന്മാരുടെ ധീരത, ആഴക്കടലിൽ അവർ
വിരചിച്ച വിജയഗാഥകൾ, നാടിന്റെ ഐക്യവും അഖണ്ഡതയും ജീവ
ശ്വാസമായി കരുതിയ വിട്ടുവീഴ്ചയില്ലാത്ത സമരത്തിനൊടുവിൽ
സാമ്രാജ്യത്വം നല്കിയ മരണശിക്ഷ- അതൊരു രക്തസാക്ഷിത്വം തന്നെ
യായിരുന്നു. എ ഡി 1600 ലാണ് കുഞ്ഞാലിമരയ്ക്കാർ നാലാമൻ രക്ത
സാക്ഷിത്വം വരിച്ചത്. നൂറ്റാണ്ടുകൾക്കുമുമ്പുനടന്ന അധിനിവേശത്തിനെ
തിരായ ആ പോരാട്ടചരിത്രത്തിന്റെ ഗുണപാഠങ്ങൾ ഇരുപത്തൊന്നാം
നൂറ്റാണ്ടിലും നാം ഉൾക്കൊള്ളേണ്ടതാണ്. ഗതകാലത്തിന്റെ ജീവസ്സുറ്റ
അവിസ്മരണീയമായ ഒരധ്യായത്തെ ഞങ്ങൾ വായനക്കാർക്കുമുമ്പിൽ
പുസ്തകരൂപത്തിൽ സമർപ്പിക്കുന്നു.

പുസ്തകത്തിന് പ്രൗഢഗംഭീരമായ ഒരവതാരിക എഴുതിത്തന്ന
പ്രസിദ്ധ ചരിത്രകാരനും പ്രൊഫസറും വാഗ്മിയുമായ ഡോ. എം ആർ
രാഘവവാര്യർക്ക് ഞങ്ങൾ ഹൃദയത്തിന്റെ ഭാഷയിൽ നന്ദി പ്രകാശി
പ്പിക്കുന്നു. പുസ്തകരചനയിൽ പല വിവരങ്ങളും നല്കി സഹായിച്ച
എല്ലാ മാന്യവ്യക്തികളോടും ഞങ്ങൾ കടപ്പെട്ടിരിക്കുന്നു.

പുസ്തകം പ്രസിദ്ധീകരിക്കുന്ന ചിന്ത പബ്ലിഷേഴ്സിന് ഞങ്ങൾ
പ്രത്യേകം നന്ദി പറയുന്നു.

മാന്യവായനക്കാരുടെ വിലപ്പെട്ട നിർദ്ദേശങ്ങളും അഭിപ്രായങ്ങളും
പ്രതീക്ഷിക്കുന്നു.

ഗ്രന്ഥകർത്താക്കൾ

അവതാരിക

നാടുവാഴി സ്വരൂപങ്ങളുടെ ക്ഷീണവും പതനവും, പാശ്ചാത്യ വാണിജ്യക്കമ്പനികളുടെ വരവും കേരളത്തിന്റെ കടൽവാണിജ്യത്തിൽ കുത്തകക്കാരുടെ വിജയവും മറ്റും മറ്റുമായ സംഭവങ്ങളാണ് മധ്യകാല കേരളചരിത്രത്തിൽ വമ്പിച്ച ഗതിമാറ്റങ്ങൾക്കു കാരണമായത്. കോഴിക്കോടിന്റെ അധിപരും ശക്തരുമായ സാമൂതിരി രാജാക്കന്മാർ കടൽവാണിജ്യത്തെ കൂട്ടുപിടിച്ച് കേരളക്കരയിലെ മുഖ്യശക്തിയായി വന്നത് ഇക്കാലത്താണ്. പടിഞ്ഞാറൻ രാജ്യങ്ങളുമായി, വിശേഷിച്ച് അറബികളുമായുള്ള വാണിജ്യത്തിന്റെ ഏതാണ്ട് മുഴുവനും ഫലം അനുഭവിച്ചത് സാമൂതിരിമാരാണ്. ഇക്കാര്യത്തിൽ അവർക്കു തുണയായി നിന്നത് നാവികരായ കുഞ്ഞാലിമരയ്ക്കാർമാരായിരുന്നുവെന്നത് ചരിത്രപ്രസിദ്ധമത്രേ. സാമൂതിരിമാരുടെ കാലവും ആ കാലത്തെ കുഞ്ഞാ ലിമാരുടെ പ്രവർത്തനങ്ങളും മറ്റുമാണ് ഇപ്പോൾ പുറത്തിറങ്ങുന്ന ഈ പുസ്തകത്തിലെ മുഖ്യവിഷയം.

കുഞ്ഞാലിമാരുടെ ചരിത്രം സാധാരണ പറഞ്ഞുവരാറുള്ളതു പോലെ അത്ര ലളിതമോ നേർക്കുനേരെയുള്ളതോ അല്ല. ആ നാവിക കുടുംബത്തിന്റെ ചരിത്രം വളരെ സങ്കീർണ്ണമാണ്. സങ്കീർണ്ണമായ ആ ചരിത്രസംഭവങ്ങളുടെ വിവരണം ഈ പുസ്തകത്തിൽ കാണാം.

കടൽവാണിജ്യത്തിന്റെ പശ്ചാത്തലത്തിൽ കോട്ടയ്ക്കൽ കുഞ്ഞാലി മരയ്ക്കാർമാരുടെ കഥ പറയുമ്പോൾ, കോഴിക്കോട്ടുതുറയും അതിന്റെ അധിപന്മാരായ സാമൂതിരിമാരും അവരുടെ വാണിജ്യബന്ധങ്ങളുമെല്ലാം വിഷയമാവും. ഈ പുസ്തകത്തിന്റെ ആഖ്യാനവിഷയം രൂപപ്പെടുന്നത് ആ വഴിക്കത്രേ.

സമകാലികരായ യാത്രികരുടെയും നാവികരുടെയും വിവരണങ്ങളെ

ആവശ്യത്തിനുപയോഗിച്ചുകൊണ്ടാണ് ഇതിന്റെ രചന നിർവ്വഹിച്ചത്. അതുകാരണം, അക്കാലത്തെക്കുറിച്ച് ചരിത്രപരമായി അറിയേണ്ട പല വസ്തുതകളും ഇവിടെ പരാമർശവിഷയമാവുന്നു.

പാശ്ചാത്യാഗമനത്തെത്തുടർന്ന് പോർച്ചുഗീസുകാരുടേയും മറ്റും നാവികപ്പടകൾ കേരളത്തിന്റെ കടൽത്തീരത്തുചെയ്ത ക്രൂരതകൾ ചരിത്രപുസ്തകങ്ങളിൽ പൂർണ്ണമായും വന്നിട്ടില്ല. ആ വിഷയം ഈ ഗ്രന്ഥത്തിൽ കുറഞ്ഞ തോതിലെങ്കിലും വന്നിട്ടുണ്ട്.

ചരിത്രത്തിൽ അവസാനവാക്ക് പറയലില്ല. ചരിത്രകാരൻ തനിക്കു കിട്ടിയ വിവരങ്ങൾ തനിക്കാവുംവിധം വിവരിക്കുന്നു എന്നേയുള്ളൂ. ആ വിവരണം സത്യസന്ധവും വസ്തുനിഷ്ഠവുമാവണം എന്നേയുള്ളൂ.

മദ്ധ്യകാല കേരളചരിത്രത്തെ വിഷയമാക്കിയുള്ള ഈ പുസ്തകം ചരിത്രം പഠിക്കുന്നവർക്കും പഠിപ്പിക്കുന്നവർക്കും ഉപകരിക്കും എന്നാശിക്കുന്നു.

ഡോ. എം ആർ രാഘവ വാര്യർ

1

മലബാർ:
അധിനിവേശവും കുരുമുളകും

ഇന്ത്യയുടെ പശ്ചിമതീരത്ത് മംഗലാപുരം മുതൽ കന്യാകുമാരി വരെയുള്ള ഭൂഭാഗത്തിന് അറബ് നാവികർ നല്കിയ പേരാണ് 'മലബാർ'. അറബിഭാഷയിൽ 'ബാറി'ന് വൻകര എന്നും പേർഷ്യൻ ഭാഷയിൽ രാജ്യം എന്നുമാണ് അർത്ഥം. 'മലബാർ'എന്നാൽ മലകളുടെ നാട്. തദ്ദേശവാസികൾ 'മലയാളം' അഥവാ അതിന്റെ ചുരുക്കരൂപമായ 'മലയം', 'മലനാട്', 'കേരളം' (കേരവൃക്ഷങ്ങളുടെ നാട്) എന്നെല്ലാം ഈ പ്രദേശത്തെ വിളിച്ചു. വെനീഷ്യൻ സഞ്ചാരിയായ മാർക്കോപോളോ 'മെലിബാർ' എന്നും മൊറോക്കൻ സഞ്ചാരി ഇബ്നുബത്തൂത്ത 'മലി ബാർ' എന്നും കേരളത്തെ വിളിച്ചു.

നിബിഡവനങ്ങളും ഡക്കാൻ, തമിഴ്നാട് തുടങ്ങിയ പ്രദേശങ്ങ ളുമായി ബന്ധപ്പെടാവുന്ന വിധത്തിലുള്ള ചുരങ്ങളുമായി പശ്ചിമ ഘട്ടനിരകൾ മലബാറിനെ ഒരു കോട്ടപോലെ സംരക്ഷിച്ചുപോന്നു. ഇക്കാരണത്താൽ ഇന്ത്യൻ ഉപഭൂഖണ്ഡത്തിലെ മറ്റുപ്രദേശങ്ങളേക്കാൾ മലബാർ പുറംലോകവുമായി ബന്ധപ്പെട്ടിരുന്നു. മലബാറിന്റെ സാമ്പത്തികസ്ഥിതി നിർണ്ണയിച്ചിരുന്നത് മൺസൂൺ കാറ്റാണ്. മലബാർ തുറമുഖങ്ങളെ പ്രവർത്തനകാലം, വിശ്രമകാലം എന്നീ രീതിയിൽ നിയന്ത്രിക്കുന്നതിൽ മൺസൂൺ കാറ്റ് പ്രധാന പങ്കുവഹിച്ചു. ആഫ്രിക്ക, അറേബിയ, പേർഷ്യ തുടങ്ങിയ രാജ്യങ്ങളുടെ കപ്പലുകളെ കേരളക്കര യിൽ എത്തിച്ചത് മൺസൂൺ കാറ്റാണ്.

വിദേശരാജ്യങ്ങളുമായി പുരാതനകാലംമുതൽ വാണിജ്യബന്ധ മുണ്ടായിരുന്ന മലബാറിന് പതിനാറാം നൂറ്റാണ്ടിൽ ഒരു പുതിയ വ്യാപാര സമൂഹവുമായി ബന്ധപ്പെടേണ്ടിവന്നു. ഇവരാണ് പറങ്കികൾ അഥവാ പോർച്ചുഗീസുകാർ.

"കൊല്ലം അറുനൂറ്റി എഴുപത്തിമൂന്ന് ഇടവമാസം ഒമ്പതാം തീയതി (1498 മെയ് 20 ന്) ഞായറാഴ്ചയിൽ തന്നെ കോഴിക്കോട് നിന്ന് തെക്കോട്ട് മീൻ പിടിക്കാൻ പോയ ചില മുക്കുവർ നാല് കപ്പൽ പടിഞ്ഞാറെ ദിക്കിൽ നിന്ന് വന്നു നങ്കൂരമിടുന്നതു കണ്ടു. മീൻ വില്ക്കാനടുത്തപ്പോൾ ഒരി ക്കലും കാണാത്ത വേഷവും ഭാഷയും വിചാരിച്ചു വളരെ അതിശയിച്ചു. സാമൂതിരി വർത്തമാനമറിഞ്ഞു. പോർത്തുഗൽ രാജാവ് മുളക് മുതലായ മലയാള ചീനച്ചരക്കുകളെ അന്വേഷിപ്പാൻ അയച്ചിരിക്കുന്നവരാണവർ. മഴക്കാലത്തിന് മുമ്പ് കപ്പൽ പന്തലായനി കൊല്ലത്ത് ആക്കേണം എന്നും കോഴിക്കോടുവന്നാൽ കാണാമെന്നും സാമൂതിരി കപ്പിത്താനെ അറിയിച്ചു. അതനുസരിച്ച് വാസ്കോഡഗാമ എന്ന കപ്പിത്താൻ പന്തലായനി മുഖത്ത് നങ്കൂരമിടുകയും ചെയ്തു" (കേരളപ്പഴമ, ഡോ. ഹെർമൻ ഗുണ്ടർട്ട്).

കേരളത്തിൽ ഒരു നൂറ്റാണ്ടിലധികം ആധിപത്യം ചെലുത്തുകയും നാട്ടുരാജാക്കന്മാരിൽ പലരെയും സാമന്തരാക്കി മാറ്റുകയും കേരളത്തിന്റെ വിദേശ വാണിജ്യക്കുത്തക കൈയടക്കുകയും ചെയ്ത പോർച്ചുഗീസു കാരുടെ ആഗമനമാണ് മേൽ വിവരിച്ചത്. പോർച്ചുഗീസ്, ഡച്ച്, ഫ്രഞ്ച്, ഇംഗ്ലീഷ് ശക്തികൾ തുടർന്ന് മാറി മാറി ഇന്ത്യയിലും കേരളത്തിന്റെ പലഭാഗങ്ങളിലും വ്യാപാരക്കുത്തകയും രാഷ്ട്രീയമേൽക്കോയ്മയും സ്ഥാപിക്കുകയും ദീർഘകാലം സ്വാതന്ത്ര്യത്തിന്റെ ശുദ്ധവായു ശ്വസി ക്കാൻ നാട്ടുകാർക്ക് സാധ്യമാവാതിരിക്കുകയും ചെയ്തു. 1947 ആഗസ്ത് 15 ന്റെ സ്വാതന്ത്ര്യ പ്രാപ്തിയോടെ ദീർഘകാലം നീണ്ടുനിന്ന വൈദേശി കാധിപത്യത്തിന് തിരശ്ശീല വീണു.

13-ാം നൂറ്റാണ്ടുമുതൽ 15-ാം നൂറ്റാണ്ടിന്റെ രണ്ടാം പകുതിവരെയുള്ള കാലഘട്ടത്തിൽ അന്താരാഷ്ട്ര സമുദ്രവാണിജ്യത്തിന്റെ പ്രധാനകേന്ദ്രമാ യിരുന്നു കോഴിക്കോട്. അറബികളും ചീനക്കാരുമായിരുന്നു പ്രധാന വ്യാ പാരികൾ. മാർക്കോപോളോ, ഇബ്നുബത്തൂത്ത, മാഹ്വാൻ, അബ്ദുർ റസാഖ്, നിക്കോളോ കോണ്ടി തുടങ്ങിയ അനവധി സഞ്ചാരികളുടെ ശ്രദ്ധയാകർഷിച്ച ഒരു തുറമുഖമായിരുന്നു പോർച്ചുഗീസ് കാലഘട്ടത്തി നുമുമ്പുള്ള കോഴിക്കോട്. 'കലിക്കട്ടി' എന്നാണ് കോഴിക്കോടിനെ ഇബ്നുബത്തൂത്ത വിളിച്ചത്.

എ ഡി 1442 ൽ താൻ കോഴിക്കോട് സന്ദർശിച്ച സമയത്ത് കടൽയാത്ര ചെയ്ത് ജീവിതം കഴിക്കുന്ന തദ്ദേശിയരെ "ചിനി ബചഗൻ" (ചീനാക്കുട്ടികൾ) എന്ന പേരിട്ടു വിളിക്കുന്നതായി കേട്ടുവെന്ന് അബ്ദുർ റസാക്ക് പരാമർശിക്കുന്നു. കോഴിക്കോടിന്റെ മെക്കയുമായുള്ള വ്യാപാരത്തിന്റെ മുഖ്യവിഭവം കുരുമുളകായിരുന്നു. കോഴിക്കോട്ടെ താമസ സുരക്ഷിതത്വത്തെപ്പറ്റിയും അദ്ദേഹം എടുത്തു പറയുന്നു: "കപ്പലുകളിൽ കൊണ്ടുവരുന്ന ചരക്കുകൾ ഉടമകൾ തെരുവുകളിലും കമ്പോളങ്ങളിലും ഇറക്കിയിട്ടു ആരെയും കാവലിനേല്പിക്കാതെ എവിടെയെങ്കിലും പോയാലും തിരിച്ചുവരുമ്പോൾ അതൊക്കെ

ഡോ. കെ സി വിജയരാഘവൻ, ഡോ. കെ എം ജയശ്രീ

അതേപോലെ സുരക്ഷിതമായി കിടക്കുന്നുണ്ടാവും". കോഴിക്കോട് തുറമുഖത്ത് വിദേശവ്യാപാരികൾ അനുഭവിച്ച രക്ഷാബോധവും നീതിയും വിദേശികളെ അത്ഭുതപ്പെടുത്തി.

കയ്റോ, അലക്സാന്ദ്രിയ തുടങ്ങിയ തുറമുഖ നഗരങ്ങളോടൊപ്പം കോഴിക്കോടിനു വാണിജ്യ പ്രാധാന്യം കൈവരുവാനുള്ള ഒരു കാരണം 13-ാം നൂറ്റാണ്ടിൽ പശ്ചിമേഷ്യയിലുണ്ടായ സംഭവവികാസങ്ങളാണ്. അക്കാലമായപ്പോൾ അബ്ബാസിദ് കാലിഫേറ്റ് ഇല്ലാതാവുകയും പേർഷ്യൻ ഉൾക്കടൽ പ്രദേശങ്ങൾക്ക് അറേബ്യൻ കടൽ വഴിയുള്ള വ്യാപാരത്തിന് പ്രാധാന്യം നഷ്ടപ്പെടുകയും ചെയ്തു. മാമുലുക് സുൽത്താന്മാരുടെ കീഴിൽ ഈജിപ്തിന് പ്രാമുഖ്യം കൈവന്നതോടെ അറബ് വ്യാപാരികൾ ഏഡൻ മുതൽ കോഴിക്കോട് വരെയുള്ള തുറമുഖങ്ങളുമായി വാണിജ്യബന്ധം സ്ഥാപിച്ചു.

ചുരുക്കത്തിൽ കോഴിക്കോട്ടെ വാണിജ്യക്കുത്തക അറബികൾക്കാ യിരുന്നു. യൂറോപ്യന്മാർക്കാവശ്യമായ കുരുമുളകും മറ്റുസുഗന്ധവ സ്തുക്കളും എത്തിച്ചിരുന്നത് അറബികളായിരുന്നു. യൂറോപ്പിൽനിന്നും ഇന്ത്യയിലേക്ക് നേരിട്ടു കടൽമാർഗ്ഗം കണ്ടുപിടിക്കപ്പെട്ടിരുന്നില്ല. മൂന്ന് മാർഗ്ഗങ്ങൾ വഴിയാണ് വാണിജ്യം നടത്തിയിരുന്നത്. ഒന്നാമത്തേത്, കടൽ മാർഗ്ഗം പേർഷ്യൻ ഗൾഫ് തീരംവരേയും തുടർന്ന് കരമാർഗ്ഗം ഇറാഖ് തുർക്കി വഴിയും അവിടെ നിന്നു വീണ്ടും കടൽമാർഗ്ഗം ഇറ്റലിയിലുള്ള വെനീസ് തുടങ്ങിയ പ്രദേശങ്ങളിൽ ചരക്കുകൾ എത്തും. രണ്ടാമത്തെ മാർഗ്ഗം ചെങ്കടൽ വഴി സഞ്ചരിച്ച് തുടർന്ന് കരമാർഗ്ഗം ഈജിപ്തിലെത്തി വീണ്ടും കടൽ വഴി വെനീസ്, ജനീവ തുടങ്ങിയ സ്ഥലങ്ങളിലെത്തും. മൂന്നാമത്തേത് ഇന്ത്യയുടെ വടക്കു പടിഞ്ഞാറൻ അതിർത്തി വഴി മധ്യേ ഷ്യ, റഷ്യ ബാൾട്ടിക് പ്രദേശംവരെ പോവുന്നതായിരുന്നു. ഇത് വളരെ യേറെ ദുർഘടമുള്ള മാർഗ്ഗമായിരുന്നു. ഏഷ്യൻ വസ്തുക്കൾ അനേകം രാജ്യങ്ങൾ കടന്നെത്തുന്നതിനാൽ കനത്ത നികുതിയും ചുങ്കവും കൊടു ക്കേണ്ടിയിരുന്നു. കൂടാതെ കടൽക്കൊള്ളക്കാരും പ്രകൃതി ദുരന്തങ്ങളും തടസ്സങ്ങൾ സൃഷ്ടിച്ചിരുന്നു. എന്നിട്ടും വ്യാപാരം ലാഭകരമായിരുന്നു. ഏഷ്യൻ ഭാഗങ്ങളിലെ വ്യാപാരം അറബി നാവികരുടെയും വ്യാപാരി കളുടെയും, മെഡിറ്ററേനിയൻ യൂറോപ്യൻ ഭാഗങ്ങളിലെ വ്യാപാരം ഇറ്റലി ക്കാരുടെയും കുത്തകയായിരുന്നു. അറബികൾ സുഗന്ധ വസ്തുക്കൾ മെഡിറ്ററേനിയൻ തീരത്തെത്തിക്കും. അവിടെ നിന്ന് ചരക്കുകൾ യൂറോപ്പിന്റെ വിവിധ ഭാഗങ്ങളിൽ വിപണനം ചെയ്തിരുന്നത് ഇറ്റാലിയൻ വ്യാപാരികളായിരുന്നു. വില കൂടുതലാണെങ്കിലും കുരുമുളക് പോലുള്ള വസ്തുക്കൾക്ക് നല്ല മാർക്കറ്റുണ്ടായിരുന്നു. തുർക്കികൾ 1453ൽ കോൺസ്റ്റാന്റി നോപ്പിൽ കീഴടക്കിയതോടെ വ്യാപാരമാർഗ്ഗങ്ങൾ അവരുടെ കൈവശമായി. ലാഭകരമായ ഇന്ത്യൻ വ്യാപാരത്തിൽ പങ്കാളികളാവാൻ യൂറോപ്യൻ രാജ്യങ്ങൾ ആഗ്രഹിച്ചു. ഇന്ത്യയുടെ സമ്പൽസമൃദ്ധിയെക്കുറിച്ചുള്ള കഥകളും അവരെ ആകർഷിച്ചു.

യൂറോപ്യൻ രാജ്യങ്ങളായ സ്പെയിനും പോർച്ചുഗലും ഇന്ത്യയി ലേക്ക് നേരിട്ട് കടൽമാർഗ്ഗം കണ്ടുപിടിക്കാൻ ശ്രമിച്ചു. ഇതിൽ പോർച്ചുഗീസുകാരാണ് വിജയിച്ചത്. 1496ൽ മൂന്നു കപ്പലുകളുമായി വാസ്കോഡഗാമ എന്ന പോർച്ചുഗീസ് നാവികൻ ലിസ്ബണിൽ നിന്നും പുറപ്പെട്ട് ശുഭപ്രതീക്ഷാമുനമ്പ് ചുറ്റി ആഫ്രിക്കയുടെ പൂർവ്വതീരത്ത് എത്തിച്ചേർന്നു. അവിടുത്തെ രാജാവ് ഇന്ത്യയിലേക്കുള്ള വഴി കാണിക്കാൻ ഗാമയ്ക്ക് ഒരു സഹായിയെ നല്കി. അദ്ദേഹത്തിന്റെ സഹായത്തോടെയാണ് ഗാമയും കൂട്ടരും അറബിക്കടൽ കടന്ന് മലബാർ തീരത്ത് 1498 മെയ് മാസം എത്തിയത്. ഗാമ കപ്പലിറങ്ങിയത് കൃത്യമായി ഏതു ദിവസമാണ് എന്നതിനെപ്പറ്റി ചരിത്രകാരന്മാർക്കിടയിൽ അഭിപ്രായ ഐക്യമില്ല. ഗാമ എത്തിയ വിവരമറിഞ്ഞ സാമൂതിരി ജൂണിൽ മൺസൂൺ കാലം ആരംഭിക്കുന്നതിനാൽ കപ്പലുകൾക്ക് സുരക്ഷിതമായി നങ്കൂരമിടാനുള്ള സൗകര്യം പന്തലായനിക്കൊല്ലത്താണുള്ളതെന്നും അതിനാൽ അവിടെ നങ്കൂരമുറപ്പിക്കണമെന്നും സന്ദേശം നല്കി.

14- ാം നൂറ്റാണ്ടിൽ മലബാർ സന്ദർശിച്ച ഇബ്നുബത്തൂത്ത പന്തലാ യനി സുരക്ഷിത തുറമുഖവും ധാരാളം തോട്ടങ്ങളും അങ്ങാടികളുമുള്ള മനോഹര പ്രദേശവുമായിരുന്നുവെന്ന് രേഖപ്പെടുത്തിയിട്ടുണ്ട്. വാണിജ്യ പ്പെരുമ കോഴിക്കോടിനായിരുന്നെങ്കിലും കപ്പലുകൾ സുരക്ഷിതമായി നങ്കൂരമുറപ്പിക്കുന്നത്, പ്രത്യേകിച്ചും മൺസൂൺ കാലത്ത് പന്തലായ നിക്കൊല്ലത്തായിരുന്നു. പന്തലായനിക്കൊല്ലത്തിന്റെ സുരക്ഷിതത്വത്തിൽ നിന്നാണ് കോഴിക്കോടിന്റെ ഉയർച്ചയുണ്ടായത്. പന്തലായനിക്കൊല്ലത്ത് മുഹമ്മദീയർക്ക് മൂന്ന് മഹല്ലുകൾ ഉണ്ടായിരുന്നുവെന്നും ഓരോ മഹല്ലിനും ഒരു പള്ളിയും ന്യായാധിപനും ഉപദേശിയുമുണ്ടെന്നും അവർ ഒമാൻകാരായിരുന്നുവെന്നും ഇബ്നുബത്തൂത്ത രേഖപ്പെടുത്തിയിട്ടുണ്ട്. ചൈനക്കാരുടെ കപ്പലുകളും പന്തലായനിയിൽത്തന്നെയാണ് നങ്കൂരമുറ പ്പിച്ചിരുന്നത്.

പ്രസ്റ്റർ ജോൺ, കുരുമുളക് എന്നിവയായിരുന്നു പോർച്ചുഗീസു കാരെ ഇന്ത്യയിലേക്കാകർഷിച്ച രണ്ടു പ്രധാന ഘടകങ്ങൾ. പൗരസ്ത്യ ലോകത്തെ ഒരു ക്രൈസ്തവ രാജാവാണ് പ്രസ്റ്റർജോൺ എന്നാണ് സങ്കല്പം. അത് ഇന്ത്യയിലാണെന്ന് വിശ്വാസമുണ്ടായിരുന്നു. എന്നാൽ ഇന്ത്യ എവിടെയാണെന്ന് ആർക്കും അന്ന് നിശ്ചയമുണ്ടായിരുന്നില്ല. അങ്ങനെ പ്രസ്റ്റർ ജോണിന്റെ സാമ്രാജ്യം തേടി പോർച്ചുഗീസുകാർ ഇന്ത്യയിലേക്ക് വന്നു. മലബാറിലെ കുരുമുളക് പോർച്ചുഗീസുകാർക്ക് ഏറെ പ്രിയമായിരുന്നു. മലബാർ, കുരുമുളകിന്റെ മാതാവെന്നറി യപ്പെട്ടിരുന്നു. മലബാറിലെ കുരുമുളക് ഏറ്റവും ഗുണമേന്മയു ള്ളതെന്നനിലയിൽ ലോക പ്രസിദ്ധമായിരുന്നു. ഇഞ്ചിയും ഇവിടെ സുലഭമായി കൃഷി ചെയ്തിരുന്നു.

പഴന്തമിഴ് പാട്ടുകൾ കേരളത്തിന് ഗ്രീസ്, റോം തുടങ്ങിയ രാജ്യങ്ങളു മായി വാണിജ്യ ബന്ധമുണ്ടായിരുന്നുവെന്ന് സൂചിപ്പിക്കുന്നു. കുരുമുളകി

ഡോ. കെ സി വിജയരാഘവൻ, ഡോ. കെ എം ജയശ്രീ

നുപകരം സ്വർണ്ണനാണയങ്ങൾ യവനർ നല്കി. കേരളത്തിന്റെ പല ഭാഗ
ങ്ങളിൽ നിന്നും കണ്ടുകിട്ടിയ പ്രാചീന റോമൻ നാണയങ്ങൾ ഈ വസ്തു
ത ശരിവെക്കുന്നവയാണ്. സംഘകൃതികളായ *പുറനാനൂറും അകനാ
നൂറും പതിറ്റുപത്തും* വർണ്ണിക്കുന്ന 'മുചിറി'യാണ് മുസിരിസ്. മുസിരിസ്
ആധുനിക കൊടുങ്ങല്ലൂരാണെന്ന് കരുതപ്പെടുന്നു. റോമക്കാരും ഫിനിഷ്യ
ന്മാരും ഈജിപ്തുകാരും ഗ്രീക്കുകാരും വ്യാപാരം നടത്തിയ അന്താരാ
ഷ്ട്ര വാണിജ്യ കേന്ദ്രമായിരുന്നു ഇത്. ഉത്തരേന്ത്യയുമായും കേരളത്തി
നു വ്യാപാരബന്ധങ്ങൾ ഉണ്ടായിരുന്നുവെന്ന് കേരളത്തിൽ നിന്നും കിട്ടിയ
നാണയങ്ങൾ സൂചിപ്പിക്കുന്നു.

എറണാകുളം ജില്ലയിൽ വടക്കൻ പറവൂരിനടുത്തുള്ള 'പട്ടണം'
എന്ന സ്ഥലത്തുനിന്ന് അടുത്തകാലത്ത് പുരാവസ്തു ഖനനം വഴി
ഒട്ടനവധി റോമൻ ജാറുകൾ, പാത്രങ്ങൾ, നാണയങ്ങൾ, വിലപിടിച്ച
കല്ലുകൾ, ആഭരണങ്ങൾ എന്നിവ കിട്ടി. 'പട്ടണം' ഒരു കാലത്ത് പ്രമുഖ
വിദേശ വാണിജ്യ കേന്ദ്രമായിരുന്നുവെന്ന് ഇതിൽ നിന്നും തെളിയുന്നു.

കേരളത്തിന് അറബികളുമായി പുരാതനകാലം മുതൽ വാണിജ്യബ
ന്ധമുണ്ടായിരുന്നു. ഇസ്ലാമിന്റെ ആവിർഭാവത്തോടുകൂടി വാണിജ്യത്തിന്
വലിയ പ്രാധാന്യം ലഭിച്ചു. ഇസ്ലാംമതം വാണിജ്യത്തിന് പ്രാധാന്യം
കൊടുത്തിരുന്നതാണ് ഇതിനുകാരണം. അറബ് സാമ്രാജ്യം അബ്ബാസിദ്
കാലിഫേറ്റിന്റെ കീഴിൽ ഒമ്പതാം നൂറ്റാണ്ടിൽ ശക്തി പ്രാപിച്ചതും
അറബികളുടെ വാണിജ്യം വർദ്ധിക്കാൻ കാരണമായി.

1498 ൽ ഗാമ കേരളത്തിലെത്തുന്ന കാലത്ത് വിദേശീയാഗമനത്തിന്റെ
യും യൂറോപ്യന്മാരുമായുള്ള വ്യാപാരത്തിന്റെയും തനിനിറം ആർക്കും
മനസ്സിലായിരുന്നില്ല. ഇന്ത്യയും വിദേശരാജ്യങ്ങളുമായി പൗരാണിക
കാലം മുതൽ വ്യാപാരബന്ധമുണ്ടായിരുന്നു. യൂറോപ്യൻ ആഗമനത്തിന്
എത്രയോ മുമ്പുതന്നെ ഇന്ത്യൻ മഹാസമുദ്രം വഴിയുള്ള വാണിജ്യ
ബന്ധങ്ങൾ വികസിച്ചിരുന്നു. കേരളമാകട്ടെ ഈ വ്യവസ്ഥയിലെ ഒരു
പ്രധാന കണ്ണിയുമായിരുന്നു. ഭൂമിശാസ്ത്രപരമായ സവിശേഷതകൾ
കേരളത്തെ ഒറ്റപ്പെടുത്തിയെങ്കിൽ, അതേ ഭൂമിശാസ്ത്രപരമായ പ്രത്യേക
തകൾ കേരളത്തെ ലോക വാണിജ്യ സാംസ്കാരിക മേഖലകളുമായി
ബന്ധിപ്പിച്ചു.

മലബാറിലെത്തിയ വാസ്കോഡഗാമ തന്റെ സമ്മാനങ്ങൾ സാമൂതി
രിയ്ക്ക് കാഴ്ചവെച്ചു. വസ്ത്രങ്ങൾ, തൊപ്പി, പവിഴം, പിത്തളപ്പാത്രങ്ങൾ,
പഞ്ചസാര, എണ്ണ, തേൻ എന്നിവയായിരുന്നു സമ്മാനങ്ങൾ. അറബി
വ്യാപാരികൾക്ക് എന്തുകൊണ്ടോ പോർച്ചുഗീസുകാരോട് കണ്ടമാത്ര
യിൽത്തന്നെ നീരസംതോന്നിയിരുന്നു. ദൂരദേശത്തുനിന്ന് ഒരു കപ്പൽ
നിറയെ കടൽക്കൊള്ളക്കാർ വരുമെന്നും വിദേശികളായ അവർ മുസ്ലീങ്ങ
ളുടെയും ഹിന്ദുക്കളുടെയും ശത്രുക്കളായിരിക്കുമെന്നും അവർ ഇന്ത്യ
കീഴടക്കുമെന്നും അറബികളുടെ ഇടയിൽ പ്രബലമായ ഒരു വിശ്വാസം
നിലനിന്നിരുന്നു. പോർച്ചുഗീസുകാരുടെ വരവും അവർ രാജാവിന്

നല്കിയ സമ്മാനങ്ങളും മുസ്ലീങ്ങളുടെ സംശയം ബലപ്പെടുത്തി. അറബി വ്യാപാരികൾ ഇക്കാര്യം സാമൂതിരിയെ അറിയിക്കുകയും ഗാമയോട് സത്യം പറയാൻ സാമൂതിരി ആവശ്യപ്പെടുകയും ചെയ്തു. പോർച്ചുഗീസ് രാജാവിന്റെ കത്ത് സാമൂതിരിക്ക് നല്കിക്കൊണ്ട് ഗാമ സത്യം വെളിപ്പെ ടുത്തി. അത്ഭുതമെന്ന് പറയട്ടെ, പോർച്ചുഗീസുകാരുടെ വരവിനെപ്പ റ്റിയുള്ള മുസ്ലീങ്ങളുടെ വിശ്വാസം ശരിയാണെന്ന് കാലം തെളിയിച്ചു. പോർച്ചുഗീസ് രാജാവിന്റെ പ്രതിനിധിയാണ് വന്നതെങ്കിലും കച്ചവടവും കൊള്ളയുമായി അവർക്ക് വലിയ വ്യത്യാസമൊന്നുമുണ്ടായിരുന്നില്ല. മാത്രമല്ല, ഇന്ത്യൻ ഭരണാധികാരികളെ ചൊല്പടിക്കു നിർത്താനും ഉപദ്രവിക്കാനും അവർ മടിച്ചില്ല. 'ഒരു കൈയിൽ കുരിശും മറുകൈയിൽ വാളുമായി പോർച്ചുഗീസുകാർ മലബാറിൽ കാലുകുത്തി' എന്നും പറയാറുണ്ട്.

15-ാം നൂറ്റാണ്ടിലെ രാഷ്ട്രീയ സ്ഥിതി

ഭൂമിശാസ്ത്രപരമായി കേരളം ഒരൊറ്റ പ്രദേശമായിരുന്നെങ്കിലും 15-ാം നൂറ്റാണ്ടിൽ രാഷ്ട്രീയമായ അനൈക്യമാണ് ഇവിടെ നിലനിന്നത്. 12-ാം നൂറ്റാണ്ടിൽ ചേര രാജ്യത്തിന്റെ അസ്തമയത്തിനുശേഷം തുട ങ്ങിയ കേരളത്തിലെ രാഷ്ട്രീയ അനൈക്യം നൂറ്റാണ്ടുകളോളം തുടർന്നു. കേരളം മുഴുവൻ നിരവധി ചെറുപ്രദേശങ്ങളായി വിവിധ രാജാക്കന്മാരു ടെയോ പ്രധാനികളുടെയോ കീഴിലായിരുന്നു. വലിയ രാജാക്കന്മാർക്ക് നാമമാത്രമായ മേൽക്കോയ്മ ഉണ്ടായിരുന്ന ചെറുനാടുവാഴികൾ ആഭ്യ ന്തരഭരണത്തിൽ സർവതന്ത്ര സ്വതന്ത്രരായിരുന്നു. അസംഖ്യം ചെറിയ ചെറിയ പ്രദേശങ്ങൾ, പരസ്പര ശത്രുത, കേന്ദ്രശക്തിയുടെ അഭാവം ഇവയെല്ലാം തന്നെ ശക്തനായ ഒരു ശത്രുവിനെ പ്രതിരോധിക്കാനുള്ള ശക്തി ഇവിടെ ഇല്ലാതാക്കി. വിവിധ നാടുവാഴികളുടെ ഇടയിൽ വടക്കൻ കേരളത്തിൽ കോലത്തിരിക്കും കോഴിക്കോട് സാമൂതിരിക്കും തെക്ക് വേണാട് രാജാവിനും (തിരുവിതാംകൂർ) മാത്രമെ പരമാധികാരം ഉണ്ടായി രുന്നുള്ളൂ. കൊച്ചി ഒരു പ്രധാന നാട്ടുരാജ്യമായിരുന്നെങ്കിലും ശക്തമായി രുന്നില്ല. മറ്റു നാടുവാഴികളും ഭരണാധികാരികളും മേൽപ്പറഞ്ഞ ഏതെങ്കി ലുമൊരു രാജാവിനോട് നാമമാത്രമായ കൂറ് പുലർത്തുന്നവരായിരുന്നു. കോട്ടയം, കടത്തനാട്, കുറുമ്പ്രനാട്, വള്ളുവനാട്, കൊടുങ്ങല്ലൂർ, ഇടപ്പള്ളി, കായങ്കുളം, വടക്കംകൂർ, കൊല്ലം തുടങ്ങിയവയായിരുന്നു മറ്റു പ്രധാന നാടുകൾ.

ഗാമ കേരളത്തിൽ: രസകരമായ ചില സംഭവങ്ങൾ

മലബാർ തീരത്തെത്തിയ ഗാമയെയും അനുയായികളെയും സാമൂതിരിയുടെ പ്രതിനിധികൾ യഥോചിതം സ്വീകരിച്ച് ആനയിച്ചു. മുസ്ലീങ്ങളൊഴികെ കേരളീയരെല്ലാം ക്രിസ്ത്യാനികളാണെന്ന് ഗാമ

വിശ്വസിച്ചു. അതുകൊണ്ടുതന്നെ മാർഗ്ഗമധ്യെകണ്ട ഭഗവതീക്ഷേത്രം ക്രിസ്ത്യൻ പള്ളിയും ഭഗവതി കന്യാമറിയവുമാണെന്ന് അദ്ദേഹം ധരിച്ചു. സാമൂതിരിയുടെ നിർദ്ദേശപ്രകാരം കൊത്തുവാളും നായന്മാരും ചേർന്ന് ഗാമയെ സ്വീകരിക്കുകയും അവരെ പുത്തൂർ ദുർഗ്ഗാക്ഷേത്രത്തിൽ പ്രാർത്ഥിക്കുവാനായി കൊണ്ടുപോവുകയും ചെയ്തു. എലത്തൂർ പഞ്ചായത്തിൽ കുന്നിൻ മുകളിലുള്ള ഒരു ദുർഗ്ഗാക്ഷേത്രമാണ് പുത്തൂർ ക്ഷേത്രം. ക്ഷേത്രത്തിൽ കടന്ന ഗാമയെയും അനുചരന്മാരെയും തീർത്ഥം തളിച്ചു പൂജാരി പ്രസാദം നല്കി. കന്യാമറിയത്തിന്റെ ദേവാലയമാ ണെന്നു കരുതി ഗാമ അവിടെ മുട്ടുകുത്തി പ്രാർത്ഥിച്ചു.

ഗാമയുടെ വരവിന്റെ ചരിത്ര പ്രാധാന്യം

1498 ൽ ഗാമ കേരളത്തിലെത്തിയതോടെ യൂറോപ്യൻ അധിനിവേശ ത്തിന്റെ നാന്ദി കുറിക്കപ്പെട്ടു. ഗാമയുമായി കച്ചവടം നടത്താൻ സാമൂതിരി ജനങ്ങൾക്കനുവാദം കൊടുത്തെങ്കിലും പോർച്ചുഗീസുകാരുടെ കൈവ ശമുള്ള വസ്തുക്കൾ കോഴിക്കോടുകാർക്ക് ആവശ്യമുള്ളവയായിരുന്നില്ല. അതിനാൽ കച്ചവടം പേരിനു മാത്രമേ നടന്നുള്ളൂ. ഇതിനുപുറമെ പോർച്ചു ഗീസുകാരോട് സാധാരണ നിരക്കിലുള്ള ചുങ്കം സാമൂതിരി ആവശ്യപ്പെ ട്ടതും ഗാമയെ നിരാശനാക്കി. സാമൂതിരിയുമായി സൗഹൃദം സ്ഥാപിക്കാൻ കഴിഞ്ഞില്ലെങ്കിലും അദ്ദേഹത്തിന്റെ ശത്രുവായ കണ്ണൂരിലെ കോല ത്തിരിയുമായി ഗാമ വാണിജ്യക്കരാർ ഉറപ്പിച്ചു. അതിന്റെ അടിസ്ഥാ നത്തിൽ കപ്പൽ നിറയെ കുരുമുളക്, ഏലം തുടങ്ങിയ സുഗന്ധ വസ്തുക്കളുമായിട്ടാണ് ഗാമ പോർച്ചുഗലിലേക്ക് മടങ്ങിയത്. ഗാമയ്ക്ക് ഉയർന്ന പ്രഭു പദവിയും വലിയൊരു തുക വാർഷിക പെൻഷനും നല്കി പോർച്ചുഗൽ രാജാവ് ആദരിച്ചു. ഇന്ത്യൻ പര്യവേക്ഷണം വൻസാമ്പ ത്തിക ലാഭം ഉണ്ടാക്കുമെന്ന് മനസ്സിലാക്കിയ പോർച്ചുഗീസ് രാജാവ് ഇന്ത്യയുമായി സ്ഥിരം വാണിജ്യബന്ധത്തിനുവേണ്ടി പെഡ്രോ അൽവാ രസ് കബ്രാളിന്റെ നേതൃത്വത്തിൽ മറ്റൊരു സംഘത്തെ അയച്ചു. ഗാമയുടെ പിൻഗാമിയായ കബ്രാളിനെ സാമൂതിരി സ്വാഗതം ചെയ്തെ ങ്കിലും വേഗം ഇരുവരും പിണങ്ങി.

'കോഴിക്കോട്ടെ ആളുകളെ വിശ്വസിക്കാൻ കൊള്ളില്ലെന്നും സത്യ വും മര്യാദയും അഭിമാനവും അവിടെ അജ്ഞാതമാണെന്നും' കബ്രാൾ പറഞ്ഞു. മൂറുകളോ നായന്മാരോ എന്ന വിവേചനം കൂടാതെ നൂറുകണ ക്കിന് ആളുകളെ കൂട്ടക്കൊല ചെയ്ത കബ്രാൾ ക്രൂരതയുടെയും അസഹിഷ്ണുതയുടെയും പ്രതീകമായിരുന്നു. കോഴിക്കോട്ടുകാരെ അധി ക്ഷേപിച്ചുകൊണ്ട് അദ്ദേഹം സാമൂതിരിയുടെ ശത്രുവായ കൊച്ചിരാജാ വുമായി സൗഹൃദക്കരാർ ഉണ്ടാക്കുകയും ഒരു പാണ്ടികശാല സ്ഥാപി ക്കുകയും ചെയ്തു. രണ്ട് പ്രധാന നാടുവാഴികളായ കൊച്ചി രാജാവും കോലത്തിരിയുമായി പോർച്ചുഗീസുകാർ ബന്ധം സ്ഥാപിച്ചത് കേരള ത്തിൽ പുതിയൊരു രാഷ്ട്രീയ വാണിജ്യ മത്സരത്തിന് കാരണമായി.

സാമൂതിരി പലപ്പോഴും കൊച്ചി രാജ്യം ആക്രമിക്കുകയും പ്രദേശങ്ങൾ പിടിച്ചെടുക്കുകയും പതിവായിരുന്നു. കൊച്ചിരാജാവ് ശക്തനായ ഒരു സഹായിയെ അന്വേഷിക്കുന്ന സമയത്താണ് അദ്ദേഹത്തിന് പോർച്ചുഗീ സുകാരുമായി സഖ്യമുണ്ടാക്കാൻ കഴിഞ്ഞത്. കൂടാതെ വിദേശവാ ണിജ്യം കാരണം കോഴിക്കോട് സമ്പദ്‌സമൃദ്ധമായതും കൊച്ചിരാജാവ് ശ്രദ്ധിച്ചു. അറബി വ്യാപാരികളുടെ പ്രവർത്തനം സാമൂതിരിക്ക് സഹായകമായതുപോലെ പോർച്ചുഗീസുകാരുമായുള്ള ബന്ധം കൊച്ചിക്ക് ഗുണകരമാവുമെന്ന് രാജാവ് വിശ്വസിച്ചു.

വാസ്കോ ഡ ഗാമയുടെ രണ്ടാമത്തെ വരവ്

1502ൽ രണ്ടാമതും ഗാമ കോഴിക്കോടെത്തി. രണ്ടാമത്തെ പ്രാവശ്യം പ്രതികാരദാഹിയായി വന്ന ഗാമ കണക്കറ്റ ക്രൂരതകൾ മലബാർ തീരത്ത് കാട്ടിക്കൂട്ടി. മെക്കയിൽ നിന്ന് മൂന്നൂറ് തീർത്ഥാടകരുമായി വരുന്ന സാമൂതി രിയുടെ ഒരു കപ്പൽ ഗാമ പിടിച്ചെടുത്ത് കൊള്ളയടിക്കുകയും കപ്പൽ തീവെച്ച് നശിപ്പിക്കുകയും ചെയ്തു. ഈ ക്രൂരതകൾ അറിയാതെ സാമൂ തിരി ഗാമയ്ക്ക് സമാധാന സന്ദേശം ദൂതന്മാർ വഴി കൊടുത്തയച്ചെങ്കി ലും ഗാമ ദൂതന്മാരെ വധിച്ചു. പോർച്ചുഗീസുകാരുമായി ഒരു ഉടമ്പടിക്ക് താൻ തയ്യാറാണെന്നറിയിച്ച സാമൂതിരിയോട് അറബികളെയെല്ലാം കോഴിക്കോട് നഗരത്തിൽ നിന്ന് ആദ്യം പുറത്താക്കണമെന്നായിരുന്നു ഗാമയുടെ ആവശ്യം. ഇത് സാമൂതിരി നിരാകരിച്ചതോടെ കോഴിക്കോട് നഗരം ഗാമ നശിപ്പിക്കാൻ ഒരുങ്ങി. തുടർന്ന് കടൽത്തീരത്തുള്ള ഗോഡൗ ണുകളും വീടുകളും ചുട്ടുകരിച്ചു. മംഗലാപുരത്ത് നിന്ന് കോഴിക്കോട്ടേക്ക് അരിയുമായി വന്ന കപ്പലുകൾ ഗാമ പിടിച്ചെടുത്ത്, കപ്പൽ ജോലിക്കാ രെ അംഗഭംഗം വരുത്തി ശിക്ഷിച്ചു. ഇത്തരം ക്രൂരന്മാരോട് സമാധാന ഉടമ്പടി ഒട്ടും ആശാസ്യമല്ലെന്ന് ഈ വിവരം അറിഞ്ഞ സാമൂതിരി തീർച്ചയാക്കി. മൂന്നു ദിവസം തുടർച്ചയായി വാസ്കോ ഡ ഗാമ കോഴി ക്കോട് നഗരം നശിപ്പിക്കുന്നതിൽ മുഴുകിയ ശേഷം കൊച്ചിയിലേക്ക് സ്ഥലം വിട്ടു. സാമൂതിരിയാകട്ടെ പോർച്ചുഗീസുകാരുമായി യുദ്ധത്തിന് വേണ്ട ഒരുക്കങ്ങൾ ചെയ്യാൻ തുടങ്ങി. കൊച്ചിരാജാവിനെ നയത്തിൽ സ്വാധീനിക്കാൻ സാമൂതിരി ശ്രമിച്ചെങ്കിലും ഫലിച്ചില്ല. പോർ ച്ചുഗീസുകാരുടെ ശക്തി ദൗർബല്യങ്ങൾ മനസ്സിലാക്കാൻ സാമൂതിരി നിയോഗിച്ച ദൂതന്മാരിൽ ഒരാളായ തലപ്പണ്ണ നമ്പൂതിരി തനിക്ക് ക്രിസ്തുമതത്തിൽ ചേരാൻ താല്പര്യമുണ്ടെന്ന് പോർച്ചുഗീസുകാരെ ബോദ്ധ്യപ്പെടുത്തി, അവരുടെ കപ്പലിൽ കയറാനുള്ള അനുവാദം സമ്പാദിച്ചു. എന്നാൽ ക്യാപ്റ്റനായ ഗാമ, നമ്പൂതിരി ചാരനാണെന്ന് തിരിച്ചറിഞ്ഞ് അദ്ദേഹത്തിന്റെ ചുണ്ടും ചെവിയും മുറിച്ചെടുത്ത് നായയുടെ ചെവി തുന്നിച്ചേർത്ത് സാമൂതിരിയുടെ സമീപത്തേക്കയച്ചു (അവലംബം: The Zamorins of Calicut, K V Krishnayyar).

വാണിജ്യത്തിനും യുദ്ധത്തിനും ഒരുപോലെ ഒരുങ്ങിയായിരുന്നു

ഗാമയുടെ രണ്ടാം വരവ്. അഞ്ചുകപ്പലുകൾ നിറയെ ആയുധങ്ങളും ഉണ്ടാ
യിരുന്നു. ഇന്ത്യയുടെ സമുദ്രപാത കൈവശപ്പെടുത്താനുള്ള നീക്കങ്ങളാ
ണ് തുടർന്ന് ഗാമ നടത്തിയത്. 'കർത്താസ്' എന്നറിയപ്പെടുന്ന പാസ്സ്
അഥവാ കപ്പൽച്ചീട്ട് വാങ്ങിയാൽ മാത്രമേ ഇന്ത്യൻ കപ്പലുകൾ
പോർച്ചുഗീസുകാരുടെ കൊള്ളയിൽ നിന്നു ഒഴിവാക്കപ്പെടുകയുള്ളൂ
എന്ന നയം സ്വീകരിച്ചു. കണ്ണൂരും കൊച്ചിയും ആസ്ഥാനമാക്കിക്കൊണ്ട്
ഇന്ത്യൻ വാണിജ്യത്തെ തകർക്കാനാണ് പോർച്ചുഗീസുകാർ ശ്രമിച്ചത്.

1504 ൽ പോർച്ചുഗീസുകാർ സാമൂതിരിയുമായി സന്ധിയുണ്ടാക്കിയെ
ങ്കിലും അത് വളരെ വേഗം പരാജയപ്പെട്ടു. ഇതിനിടെ പോർച്ചുഗീസു
കാരുടെ സുഹൃത്തായിരുന്ന കണ്ണൂരിലെ കോലത്തിരി അന്തരിച്ചു. പുതിയ
കോലത്തിരി പോർച്ചുഗീസ് വിരോധിയും സാമൂതിരിയോട് അനുഭാവമു
ള്ള വ്യക്തിയുമായിരുന്നു. അതിനാൽ കോലത്തിരി പോർച്ചുഗീസുകാർ
ക്കെതിരെ യുദ്ധം പ്രഖ്യാപിച്ചു. ഇതിനു തക്കതായ കാരണവുമുണ്ടായിരു
ന്നു. ഇന്ത്യൻ വാണിജ്യത്തെ തകർക്കാൻ പോർച്ചുഗീസുകാർ ഏർപ്പെടു
ത്തിയ കപ്പൽച്ചീട്ടായിരുന്നു മുഖ്യകാരണം. കൊച്ചിയിലേയോ, കണ്ണൂരിലേ
യോ പോർച്ചുഗീസ് കമാൻഡന്റ് ഒപ്പിട്ട കപ്പൽച്ചീട്ടില്ലാതെ യാത്ര ചെയ്യു
ന്ന ഏതു കപ്പലും പോർച്ചുഗീസുകാർ കൊള്ളയടിക്കും. കർത്താസ്
അത്ര എളുപ്പം ലഭ്യമായിരുന്നില്ല. കാലതാമസവും ഉയർന്ന ഫീസും
ഇതിനാവശ്യമായിരുന്നു. കൂടാതെ, നാട്ടുകാരുടെ പോർച്ചുഗീസ്
ഭാഷയിലുള്ള അജ്ഞത മുതലെടുത്തുകൊണ്ട് പല പോർച്ചുഗീസ്
ക്യാപ്റ്റന്മാരും 'കപ്പൽ കൊള്ളയടിക്കുക' എന്നാവശ്യപ്പെടുന്ന പാസ്സു
കളും ഇന്ത്യൻ കപ്പലുകൾക്ക് നല്കിയിരുന്നു. ഗോൺസാലോവാസ്
എന്ന പോർച്ചുഗീസ് ക്യാപ്റ്റൻ, കണ്ണൂരിലെ പോർച്ചുഗീസ് ക്യാപ്റ്റൻ
നല്കിയ 'കർത്താസ്' അംഗീകരിക്കാതെ ഒരു കോഴിക്കോട് കപ്പൽ
കൊള്ളയടിക്കുകയും കുറ്റം മറച്ചുവെക്കാൻ കപ്പൽ ജോലിക്കാരെ
മുക്കിക്കൊന്ന ശേഷം കപ്പൽ കടലിൽ താഴ്ത്തുകയും ചെയ്തു. എന്നാൽ
കടലിൽ ഒഴുകിനടന്ന മൃതദേഹങ്ങൾ പരേതരുടെ ബന്ധുക്കൾ
കണ്ടുപിടിച്ചു. മൃതദേഹങ്ങളിലൊന്ന് കണ്ണൂരിലെ വ്യാപാരി പ്രമുഖനായ
മമ്മാലി മരയ്ക്കാരുടെ അനന്തിരവന്റെതായിരുന്നു. മരിച്ചവരുടെ
ബന്ധുക്കൾ കരഞ്ഞുവിളിച്ചുകൊണ്ട് കോലത്തിരിയുടെ അടുക്കൽ
പരാതിബോധിപ്പിച്ചു. രോഷാകുലനായ കോലത്തിരി പോർച്ചുഗീസു
കാരോട് യുദ്ധം പ്രഖ്യാപിച്ച് ആഞ്ചലോ കോട്ട ഉപരോധിച്ചു. എന്നാൽ
കോലത്തിരിയുടെ അനന്തിരവൻ പോർച്ചുഗീസുകാർക്ക് സൈനിക
രഹസ്യങ്ങൾ ചോർത്തിക്കൊടുത്തതിനാൽ അവർ കോട്ടയിൽ നിന്ന്
രക്ഷപ്പെട്ടു.

പോർച്ചുഗീസുകാരുടെ ആഗമനം
അധിനിവേശത്തിന്റെ ആരംഭം

ലോകചരിത്രത്തിലെ ദീർഘ സമുദ്രസഞ്ചാര ചരിത്രം പരിശോധി

ച്ചാൽ വാസ്കോഡ ഗാമയുടെ യാത്ര മഹത്തരമാണെന്ന് പറഞ്ഞുകൂടാ. ഗാമ ആഫ്രിക്കൻ മുനമ്പ് ചുറ്റിയ ആദ്യ നാവികനോ ഇന്ത്യാസമുദ്രം മുറിച്ചുകടന്ന ആദ്യസഞ്ചാരിയോ ആയിരുന്നില്ല. ഗ്രീക്കുകാരനായ ഹിപ്പല സിന്റെ കാലംമുതൽക്കുതന്നെ ഇന്ത്യാസമുദ്രത്തിലൂടെ കപ്പലുകൾ സഞ്ച രിച്ചിരുന്നു. പണ്ടുകാലംമുതൽ ഉപയോഗത്തിലിരുന്ന ഒരു കപ്പൽമാർഗ്ഗം കണ്ടെത്തി അതിനെ സ്ഥിരീകരിക്കുക മാത്രമാണ് ഗാമ ചെയ്തത്. എന്നാൽ ഏഷ്യൻ രാഷ്ട്രങ്ങളുടെ ചരിത്രത്തിൽ ചില നിർണ്ണായക ഭവിഷ്യത്തു കൾ ഉണ്ടാക്കാൻ ഗാമയുടെ വരവിന് കഴിഞ്ഞു. അതുവരെ ഇന്ത്യൻ സമുദ്രത്തിൽ വാണിജ്യക്കുത്തക അനുഭവിച്ചിരുന്ന വെനീഷ്യൻ- ഈജിപ്ഷ്യൻ വ്യാപാരികൾക്ക് അവരുടെ വ്യാപാരക്കുത്തക നഷ്ടപ്പെട്ടു. ഗാമ യൂറോപ്പിൽ നിന്നും കടൽമാർഗ്ഗം ഇന്ത്യയിലെത്തിയതിന്റെ രാഷ്ട്രീയ പ്രാധാന്യം ശരിയായി മനസ്സിലാക്കിയത് അറബിവ്യാപാരികൾ മാത്രമായിരുന്നു. മറ്റു പലരാജ്യങ്ങളിൽ നിന്നും വന്ന വ്യാപാരികളും വ്യാപാരവും കേരളീയർക്കു പുത്തനായിരുന്നില്ല. എന്നാൽ പോർച്ചു ഗീസുകാരുടെ വരവ് വ്യാപാരത്തിന് കേരളീയർ അതുവരെ അറിയാത്ത ഇരുണ്ട ഒരു മുഖം - സാമ്രാജ്യത്വമുഖം - കൂടിയുണ്ടെന്ന് തെളിയിച്ചു. അറബികളുമായുള്ള വ്യാപാരം കേരളത്തിലെ നാട്ടുരാജ്യങ്ങളെ സമ്പന്ന മാക്കുന്നത് മാതൃകയാക്കി, മറ്റു വിദേശികളുമായുള്ള വ്യാപാരവും അപ്രകാരമായിരിക്കുമെന്നാണ് കേരളത്തിലെ നാടുവാഴികൾ കണക്കു കൂട്ടിയത്. യൂറോപ്യൻ വ്യാപാരത്തിന്റെ ഭവിഷ്യത്ത് മനസ്സിലാവുമ്പോ ഴേക്കും പ്രതിരോധിക്കാനാവാത്തവിധം നാടുമുഴുവൻ വിദേശികൾ കൈയടക്കിയിരുന്നു.

ശൈഖ് സൈനുദ്ദീൻ
തുഹ്ഫത് - ഉൽ- മുജാഹിദീൻ

16-ാം നൂറ്റാണ്ട് മലബാറിൽ പോർച്ചുഗീസ് ശക്തിയുടെ അധിനിവേശ ശ്രമങ്ങളുടേയും അതിനെതിരായ സാമൂതിരിമാരുടേയും കുഞ്ഞാലിമാ രുടേയും ചെറുത്തുനില്പുകളുടെയും പോർച്ചുഗീസ് ചതിയുടേയും ക്രൂരതയുടേയും കാലഘട്ടമാണ്. വസ്തുനിഷ്ഠതയും അന്വേഷണപാടവ വും ലയിച്ചുചേർന്ന *തുഹ്ഫത് -ഉൽ - മുജാഹിദീൻ* എന്ന ചരിത്രഗ്രന്ഥം രചിച്ച ശൈഖ് സൈനുദ്ദീൻ എന്ന പണ്ഡിതൻ ജീവിച്ചിരുന്നത് ഇതേകാലഘട്ടത്തിലാണ്. പൊന്നാനിയിൽ മതപണ്ഡിതന്മാരുടെ കുടുംബ ത്തിലാണ് പ്രമുഖ അറബ് പണ്ഡിതനും ചരിത്രകാരനുമായ സൈനുദ്ദീൻ ജനിച്ചത്. മദ്ധ്യകാലകേരളത്തിന്റെ സാമൂഹിക- രാഷ്ട്രീയ ചരിത്രം ഉൾ ക്കൊള്ളുന്ന അദ്ദേഹത്തിന്റെ കൃതിയാണ് *തുഹ്ഫത്-ഉൽ-മുജാഹിദീൻ.* ചരിത്രരചനാ പാരമ്പര്യത്തിന് മദ്ധ്യകാല കേരളത്തിന്റെ സംഭാവനയാണ് ഈ ഗ്രന്ഥം. ബീജാപ്പൂരിലെ സുൽത്താൻ അലി ആദിൽഷാ (1558–1580) യ്ക്കാണ് പ്രസ്തുത ഗ്രന്ഥം സമർപ്പിക്കപ്പെട്ടിരിക്കുന്നത്.

ഡോ. കെ സി വിജയരാഘവൻ, ഡോ. കെ എം ജയശ്രീ

അക്കാലത്തെ പ്രമുഖചരിത്രകാരനായിരുന്ന മഹമ്മദ് കാസിം ഫെരിഷ്ട (Mahammed Kasim Ferishta) തന്റെ കൃതിയിൽ മലബാറിലെ മുസ്ലീങ്ങളെക്കുറിച്ചുള്ള അദ്ധ്യായം രചിച്ചിരിക്കുന്നത് തുഹ്ഫത് -ഉൽ-മുജാഹിദീൻ നല്കുന്ന വിവരങ്ങളുടെ അടിസ്ഥാനത്തിലാണ്. തുഹ്ഫത്-ഉൽ-മുജാഹിദീൻ കേരളത്തെപ്പറ്റിയുള്ള ആദ്യത്തെ ആധികാ രിക ചരിത്രഗ്രന്ഥമാണ്. 1583 ലാണ് ഗ്രന്ഥരചന പൂർത്തിയാക്കിയത്.

ഈ ഗ്രന്ഥത്തിന് നാല് ഭാഗങ്ങളുണ്ട്. ആദ്യഭാഗത്ത് പോർച്ചു ഗീസുകാർക്കെതിരെ ആയുധമെടുക്കേണ്ടത് ഓരോ മുസ്ലീമിന്റേയും ധർമ്മമാണെന്ന് ഗ്രന്ഥകാരൻ പ്രസ്താവിക്കുന്നു. രണ്ടാംഭാഗം കേരളത്തിലെ ഇസ്ലാമിന്റെ ആവിർഭാവം, വളർച്ച എന്നിവയെപ്പറ്റി മുഖ്യമായും പ്രതിപാദിക്കുന്നതോടൊപ്പം പശ്ചിമതീരത്തെ പ്രധാന തുറമുഖങ്ങളെപ്പറ്റിയും വിവരിക്കുന്നു. മൂന്നാംഭാഗം മുഖ്യമായും പ്രതിപാദിക്കുന്നത് മലബാറിലെ ഹൈന്ദവ രാജാക്കന്മാർ ഇസ്ലാം മത വിശ്വാസികളോട് അനുവർത്തിച്ചുവന്ന സഹിഷ്ണുതാ മനോഭാ വത്തെയാണ്. ഹിന്ദുക്കളുടെ അസാധാരണമായ ആചാരാനുഷ്ഠാന ങ്ങളെപ്പറ്റിയും പ്രസ്തുത ഭാഗം വിവരിക്കുന്നു. ഗ്രന്ഥത്തിന്റെ നാലാം ഭാഗം (1498 മുതൽ 1583 വരെയുള്ള 85 വർഷം) പൂർണ്ണമായും വസ്തു നിഷ്ഠാപരമായ ചരിത്രമാണ്. മലബാറിൽ പോർച്ചുഗീസ് ശക്തിയു ടെ ഉയർച്ചയുടെ ചരിത്രപരമായ രേഖയാണിത്.

ശൈക്ക് സൈനുദ്ദീന്റെ നിഗമനത്തിൽ പോർച്ചുഗീസ് ആധിപത്യ ത്തിനുമുമ്പ് കേരളത്തിലെ മുസ്ലീങ്ങളുടെ സ്ഥിതി മെച്ചപ്പെട്ടതായിരുന്നു. ഹൈന്ദവ ഭരണാധികാരികൾ അവരോട് ആദരവോടും മര്യാദയോടുംകൂടി പെരുമാറിയിരുന്നു. പോർച്ചുഗീസ് ശക്തിയുടെ ശക്തമായ വ്യാപാര മത്സരം കാരണം മുസ്ലീങ്ങൾക്ക് അവരുടെ വ്യാപാരക്കുത്തക നഷ്ടപ്പെട്ടു.

മലബാറിലെ ജനങ്ങൾ യുദ്ധമുറകളിൽ പ്രകടിപ്പിച്ചിരുന്ന നീതി ബോധത്തെപ്പറ്റി സൈനുദ്ദീൻ വിശദമായി പ്രതിപാദിക്കുന്നു. മദ്ധ്യകാല കേരളത്തിന്റെ സാമൂഹികചരിത്രം വരച്ചുകാട്ടുമ്പോൾ അക്കാലത്തെ സവിശേഷമായ മതസാഹോദര്യത്തെ അദ്ദേഹം ഉയർത്തിക്കാട്ടുന്നു. രാജാവിൽനിന്നോ മറ്റു വിഭാഗങ്ങളിൽപെട്ട ജനതയിൽനിന്നോ ഒരിട പെടലുമില്ലാതെ മുസ്ലീങ്ങൾക്ക് അവരുടെ വിശ്വാസത്തിനനുസരിച്ച് ജീവിക്കാൻ അന്ന് പൂർണ്ണ സ്വാതന്ത്ര്യമുണ്ടായിരുന്നു.

സൈനുദ്ദീൻ, സാമൂതിരിയെ 'മുസ്ലീങ്ങളുടെ സ്നേഹിതൻ' എന്നാ ണ് വിളിച്ചത്. സാമൂതിരിയുടെ കീഴിൽ മുസ്ലീങ്ങൾ നയിച്ച സുഖകരമായ ജീവിതത്തെ സൈനുദ്ദീൻ പ്രത്യേകം പരാമർശിക്കുന്നു: "മുസ്ലീങ്ങളുടെ ആഭ്യന്തരമായ തർക്കങ്ങളും ആവശ്യങ്ങളും ഹിന്ദുരാജാവിന്റെ മുന്നിൽ സമർപ്പിക്കുകയും അദ്ദേഹമത് പരിഹരിക്കുകയും ചെയ്യുന്നു. ഇവിടുത്തെ രാജാവും നാടുവാഴികളും സൈന്യങ്ങളും ഹിന്ദുക്കളാണ്. അവർ മുസ്ലീം ജനതയെ ഒരുതരത്തിലും ഉപദ്രവിക്കാറില്ല. കച്ചവടം തടസ്സപ്പെടുത്തു ന്നില്ല. മതസ്വാതന്ത്ര്യത്തെ ഹനിക്കുന്നില്ല. ജനസംഖ്യയിൽ പത്തുശത

ഡോ. കെ സി വിജയരാഘവൻ, ഡോ. കെ എം ജയശ്രീ

മാനം മാത്രമെ മുസ്ലീം വിശ്വാസികൾ ഉള്ളൂ. മുസ്ലീംകേന്ദ്രങ്ങളിൽ രാജാവുതന്നെ പള്ളി പണിയാൻ അനുവാദം കൊടുക്കുന്നു. ഖാസിമാരെ നിയമിക്കുന്നതും അദ്ദേഹം തന്നെ".

തുഹ്ഫത് ഉൽ മുജാഹിദീൻ അറബിസാഹിത്യത്തിന് കേരളത്തിന്റെ വിലപ്പെട്ട ഒരു സംഭാവനയാണ്. അതോടൊപ്പം സൈനുദ്ദീന്റെ രചന വിലപ്പെട്ട ഒരു ചരിത്ര സാഹിത്യകൃതിയുമാണ്.

2

കോഴിക്കോടിന്റെ പൈതൃകം

വിദേശസഞ്ചാരികളും വിദൂരരാജ്യങ്ങളിലെ വ്യാപാരികളും ഏറെ പ്രകീർത്തിച്ച കോഴിക്കോടിന്റെ വാണിജ്യപ്പെരുമ കടൽകടന്ന് യൂറോ പ്യൻ രാജ്യങ്ങളിലുമെത്തിയിരുന്നു. സുഗന്ധവ്യഞ്ജന വ്യാപാരക്കുത്തക കൈക്കലാക്കുക എന്ന ലക്ഷ്യവുമായി കോഴിക്കോടെത്തിയ പോർച്ചു ഗീസുകാരെ അതിശയിപ്പിക്കുന്ന സമ്പത്തും പ്രൗഢിയും കോഴിക്കോടിനു ണ്ടായിരുന്നു. മദ്ധ്യകാലഘട്ടത്തിൽ ഉത്തരകേരളത്തിലെ പ്രമുഖശക്തി കേന്ദ്രമായിരുന്നു കോഴിക്കോട്. കോഴിക്കോട് ഭരണാധികാരി 'സാമൂതിരി' എന്നാണറിയപ്പെട്ടത്. വളരെ വർഷം പഴക്കമുള്ളതാണ് കോഴിക്കോടിന്റെ ചരിത്രമെന്ന് പുരാവസ്തുപഠനങ്ങൾ സൂചിപ്പിക്കുന്നു. സൂക്ഷ്മശിലായുഗത്തിലെ ആയുധങ്ങൾ കോഴിക്കോട് ചേവായൂ രിൽനിന്നും കണ്ടുകിട്ടിയിട്ടുണ്ട്. ജില്ലയുടെ വിവിധ ഭാഗങ്ങളിൽനിന്ന് മഹാശിലാസ്മാരകങ്ങൾ ലഭിച്ചിട്ടുണ്ട്. ചെങ്കല്ല് വെട്ടിയെടുത്ത ഒന്നോ അതിലധികമോ മുറികളും കൽബഞ്ചുകളും കൽത്തൂണുകളുമുള്ള ഗുഹകൾ ജില്ലയുടെ പലഭാഗങ്ങളിലുമുണ്ട്. ഇവയെല്ലാം കോഴിക്കോ ടിന്റെ പ്രാചീനത വ്യക്തമാക്കുന്നു.

കോവിലും കോട്ടയും ചേർന്ന സ്ഥലം (കോവിൽക്കോട്ട അഥവാ കോയിൽക്കോട്ട) എന്ന പേരിൽനിന്നായിരിക്കാം കോഴിക്കോട് എന്ന പേരുദ്ഭവിച്ചത്. ചുള്ളിക്കാടും ചതുപ്പുമായി കിടന്നിരുന്ന സ്ഥലത്തിന്റെ ഭൂപ്രകൃതിയെ അടിസ്ഥാനമാക്കി 'കോഴി' അഥവാ ജലസ്പർശമുള്ള സ്ഥലം എന്ന അർത്ഥത്തിലുമാവാം ഈ പേരിന്റെ ഉല്പത്തി (അവലംബം: ഡോ. എൻ എം നമ്പൂതിരി). കോഴി കൂവിയാൽ കേൾക്കാൻ മാത്രം വലുപ്പമുള്ള കൊച്ചുപ്രദേശം എന്ന അർത്ഥത്തിൽ കോഴിക്കോട് എന്ന പേരു ലഭിച്ചു എന്നും അഭിപ്രായമുണ്ട്.

ഡോ. കെ സി വിജയരാഘവൻ, ഡോ. കെ എം ജയശ്രീ

സാമൂതിരിയുടെ കാലത്തെ കോഴിക്കോടിന്റെ ഒരു ചിത്രം

12-ാം നൂറ്റാണ്ടിന്റെ തുടക്കത്തിൽ ചേര രാജാക്കന്മാരുടെ ഭരണം അവസാനിച്ച് വിവിധ ദേശങ്ങളിലെ നാടുവാഴികൾ ശക്തരായിത്തീർന്ന തോടെയാണ് കോഴിക്കോടും ശക്തി പ്രാപിക്കുന്നത്. കോഴിക്കോടും പരിസരപ്രദേശങ്ങളും 'പോളനാട്' എന്നറിയപ്പെട്ടിരുന്നു. 'പോർളാതിരി' എന്നാണ് രാജാവ് അറിയപ്പെട്ടത്. പോർളാതിരിയിൽനിന്ന് പോളനാട് പിടിച്ചെടുത്ത നെടിയിരിപ്പ് ഏറാടിമാർ അവരുടെ ആസ്ഥാനം നെടിയി രിപ്പിൽനിന്ന് കോഴിക്കോട്ടേക്ക് മാറ്റി, അവിടെ കോട്ടയും കോവിലകവും പണിത് സുരക്ഷിതമാക്കി. തെക്കൻകൊല്ലത്തെ രാമേശ്വരക്ഷേത്ര ലിഖിതത്തിൽനിന്ന് ഏറനാട് ഉടയവരായ സാമൂതിരിയെപ്പറ്റി വിവരം ലഭിക്കുന്നു. 'മാനവിക്രമ പൂന്തുറക്കോൻ' എന്നാണ് ലിഖിതത്തിൽ സാമൂ തിരിയെ വിശേഷിപ്പിക്കുന്നത്. ആദ്യത്തെ സാമൂതിരിയെപ്പറ്റി ലഭിച്ചിട്ടുള്ള ഒരേയൊരു സമകാലിക പ്രമാണമാണ് ക്ഷേത്രലിഖിതമെന്ന് ഡോ.എം.ജി. എസ്.നാരായണൻ അഭിപ്രായപ്പെടുന്നു ('മലബാർ പൈതൃകവും പ്രതാപവും').

12-ാം നൂറ്റാണ്ടുമുതൽ 15-ാം നൂറ്റാണ്ടിന്റെ അന്ത്യഘട്ടംവരെ സാമൂതി രിയും കോഴിക്കോടും പ്രശസ്തിയുടെ ഉന്നതിയിലായിരുന്നു. സാമൂതി രിയുടെ സംരക്ഷണത്തിൽ കോഴിക്കോട് കേരളത്തിലെ പ്രധാന തുറമു ഖമായി വളർന്നു. 'സത്യസന്ധതയുടെ നഗരം' എന്ന് കോഴിക്കോട് അറിയപ്പെട്ടു. കുരുമുളക്, ഏലം, തുണിത്തരങ്ങൾ എന്നിവ കോഴിക്കോടുനിന്ന് വിദൂര രാജ്യങ്ങളിലേക്ക് കയറ്റി അയച്ചിരുന്നു.

'കാലിക്കോ' എന്ന നേർത്ത തുണികൾ ഇവിടെനിന്ന് കയറ്റി

ഡോ. കെ സി വിജയരാഘവൻ, ഡോ. കെ എം ജയശ്രീ

അയച്ചിരുന്നതിനാൽ കാലിക്കോ തുണികളുടെ നാട് എന്ന അർത്ഥത്തിൽ പാശ്ചാത്യർ ഈ പ്രദേശത്തെ 'കാലിക്കറ്റ്' എന്നു വിളിച്ചു. അറബികൾ "കോയിൽക്കുത്ത്" എന്ന് കോഴിക്കോടിന് പേരിട്ടു. ചൈനക്കാരും അറബികളുമായിരുന്നു ആദ്യത്തെ പ്രമുഖ വിദേശ വ്യാപാരികൾ. പ്രാപ്തരും വിശ്വസ്തരുമായ ഉദ്യോഗസ്ഥർ, മാമാങ്കത്തിന്റെ അദ്ധ്യക്ഷ പദവി വഴി ലഭിച്ച കേരളത്തിന്റെ ആധിപത്യം, വിദേശവാണിജ്യം നൽകിയ അളവറ്റ സമ്പത്ത് എന്നിവയെല്ലാം ചേർന്നപ്പോൾ സാമൂതിരി യുടെ പ്രശസ്തി വർധിക്കുകയും കോഴിക്കോട് വാണിജ്യപ്പെരുമയുടെ തലസ്ഥാനമായി മാറുകയും ചെയ്തു.

മതസഹിഷ്ണുതയ്ക്കും സത്യസന്ധതയ്ക്കും പേരുകേട്ട കോഴിക്കോട് വിദേശസഞ്ചാരികളുടെ രേഖകളിൽ നിറഞ്ഞുനിന്നു. കേരളം സന്ദർശിച്ച വിദേശസഞ്ചാരികളായ അൽ ഇദ്രീസി, അൽ ബറൂണി, അബുൾ ഫിദ, ഫ്രിയർ ഒഡോറിക്, ഇബ്നുബത്തൂത്ത, നിക്കോളോ കോണ്ടി, വാങ് തായ്യൂൻ, മാഹ്വാൻ, ഫെയ്സീൻ, അബ്ദുർ റസാക്ക്, പിറോഡി കോവിൽഹോ, ബാർബോസാ, അഫ്നാസി നികി തിൻ, സ്റ്റഫാനോ, വർത്തേമാ, പീട്രോഡെല്ലാവെല്ലി, പിറാർഡ് ഡി ലാവൽ, ഡോക്ടർ ജോൺ ഫ്രയർ തുടങ്ങിയവർ സാമൂതിരിയെപ്പറ്റിയും കോഴിക്കോട്, പന്തലായനിക്കൊല്ലം തുടങ്ങിയ പ്രദേശങ്ങളെപ്പറ്റിയും വിലപ്പെട്ട വിവരങ്ങൾ നല്കുന്നു.

അൽ ഇദ്രീസി

എ.ഡി.1100 ൽ ഹാമുദാദ് രാജവംശത്തിൽ ജനിച്ച ഇദ്രീസി ഒരു ഭൂമിശാസ്ത്രജ്ഞനായിരുന്നു. ഇദ്ദേഹം എഴുതിയ ഗ്രന്ഥത്തിൽ കേരളം ഉൾപ്പെടെയുള്ള ഇന്ത്യയിലെ പല പ്രദേശങ്ങളെപ്പറ്റിയും വിവരണമുണ്ട്. മലബാറിനെ 'മലൈ' എന്നാണദ്ദേഹം വിളിക്കുന്നത്. പന്തലായനി, കൊടു ങ്ങല്ലൂർ, ശ്രീകണ്ഠാപുരം, തൃക്കാക്കര എന്നീ സ്ഥലങ്ങളെ പ്രത്യേകം പരാമർശിക്കുന്ന ഇദ്രീസി കുരുമുളക് കേരളത്തിൽ മാത്രമാണ് കൃഷിചെയ്തിരുന്നതെന്ന് ചൂണ്ടിക്കാട്ടുന്നു. അദ്ദേഹം പറയുന്നത് കേരളത്തിലെ പ്രധാന തുറമുഖങ്ങളിൽ ഒന്നായിരുന്നു ഫന്തരൈ (പന്തലായനി) എന്നാണ്. താനെയിൽനിന്ന് പന്തലായനിയിലേക്ക് നാലുദിവസത്തെ യാത്രാദൂരമുണ്ടെന്നും നദീമുഖത്ത് സ്ഥിതിചെയ്യുന്ന പ്രധാന കച്ചവടകേന്ദ്രമായ ഇവിടേക്ക് ധാരാളം കച്ചവടക്കപ്പലുകൾ വരുന്നുണ്ടെന്നും ഇദ്രീസി എടുത്തുപറയുന്നു.

അൽബറൂണി

സോവിയറ്റ് യൂണിയനിൽ ഉൾപ്പെട്ടിരുന്ന ഖീവാസ്വദേശിയായ അൽബറൂണിയുടെ ജീവിതകാലം എ.ഡി. 970 മുതൽ 1048വരെയാണ്.

അദ്ദേഹം ഭൂമിശാസ്ത്രജ്ഞനും ഗണിതശാസ്ത്രജ്ഞനും ചരിത്രകാരനു മായിരുന്നു. മഹമ്മൂദ് ഗസ്നിയോടൊപ്പം ഇന്ത്യയിലെത്തിയ അൽബ റൂണി 40 വർഷം ഇവിടെ താമസിച്ചു. അദ്ദേഹം സംസ്കൃതഭാഷയിലെ അമൂല്യഗ്രന്ഥങ്ങൾ പഠിച്ചശേഷം അവ അറബിയിലേക്കും പ്രമുഖ അറബിഗ്രന്ഥങ്ങൾ സംസ്കൃതത്തിലേക്കും വിവർത്തനം ചെയ്തു. അൽബറൂണി കേരളത്തിൽ ഒരു കൊല്ലത്തിലധികം താമസിച്ചു. ഈ അവസരത്തിൽ കോഴിക്കോട്ടും അദ്ദേഹമെത്തി. "മലബാറിലെന്നപോലെ ഭാരത്തിലെല്ലായിടത്തും ഹിന്ദുക്കളും മുസ്ലിങ്ങളും സൗഹാർദ്ദത്തി ലാണ് കഴിയുന്നത്" എന്ന കാര്യം അദ്ദേഹം പ്രത്യേകം പരാമർശിക്കുന്നു. മലബാറുകാർ വിദേശവ്യാപാരികളുമായി ഇടപെടുന്നത് വിദഗ്ധരായ മുസ്ലിംവ്യാപാരികൾ വഴിയാണ്. കോഴിക്കോട് രാജാവ് തന്റെ പ്രതിനിധികളായി വ്യാപാരികളെ സ്വീകരിക്കുവാൻ മുസ്ലിങ്ങളെ നിയോഗിച്ചിരുന്നുവെന്നും മതസൗഹാർദവും സമാധാനവും നിറഞ്ഞ രാജ്യമാണ് 'മലിബാർ' എന്നും അദ്ദേഹം രേഖപ്പെടുത്തുന്നു.

അബുൾഫിദ

ഡമാസ്കസിൽ ജനിച്ച ഭൂമിശാസ്ത്രജ്ഞനും ചരിത്രപണ്ഡിത നുമായ അബുൾഫിദ 13ഉം 14ഉം നൂറ്റാണ്ടുകളിലെ കേരളത്തെക്കുറിച്ച് അറിവുതരുന്നു. അദ്ദേഹം മലബാറിലെ പ്രധാന പട്ടണങ്ങളായ പന്തലായനി, ഏഴിമല, ചാലിയം തുടങ്ങിയവയെപ്പറ്റി വിവരിക്കുന്നു. ശാലിയത്ത് (ചാലിയം) എന്ന പ്രധാനപട്ടണം കോഴിക്കോടുനിന്നും തെക്ക് ബേപ്പൂരിനടുത്ത് കടൽത്തീരത്താണ് സ്ഥിതി ചെയ്യുന്നതെന്നും ഇവിടെയും കൊടുങ്ങല്ലൂരും ധാരാളം ജൂതന്മാർ താമസിക്കുന്നുണ്ടെന്നും അബുൾഫിദ രേഖപ്പെടുത്തുന്നു.

ഫ്രിയാർ ഒഡൊറിക്

1322ൽ കേരളം സന്ദർശിച്ച യൂറോപ്യൻ ക്രിസ്ത്യൻ മിഷനറിയാണ് പോർഡിനോണിലെ ഫ്രിയാർ ഒഡൊറിക്. പന്തലായനി, കൊടുങ്ങല്ലൂർ, കൊല്ലം തുടങ്ങിയ പട്ടണങ്ങളെപ്പറ്റി അദ്ദേഹം വിശദമാക്കുന്നു. കുരുമുളക് വിളയുന്ന രാജ്യമാണ് മലബാർ എന്നും കൊടുങ്ങല്ലൂരും പന്തലായനിയും പ്രധാന പട്ടണങ്ങളാണെന്നും ഒഡൊറിക് സൂചിപ്പി ക്കുന്നു. വ്യാപാരത്തിനു പ്രസിദ്ധമായ പന്തലായനിയിൽ ജൂതന്മാരും കൃസ്ത്യാനികളും താമസിച്ചിരുന്നുവെന്നും അദ്ദേഹം കണ്ടെത്തുന്നു.

ഇബ്നു ബത്തുത്ത

14-ാം നൂറ്റാണ്ടിന്റെ പൂർവാർദ്ധത്തിൽ ഇന്ത്യ സന്ദർശിച്ച പ്രസിദ്ധ ലോകസഞ്ചാരിയാണ് മൊറാക്കോക്കാരനായ ഇബ്നുബത്തുത്ത.

കോഴിക്കോട് സാമൂതിരി

ഭൂമിശാസ്ത്രം, തത്ത്വശാസ്ത്രം, നിയമശാസ്ത്രം എന്നീ ശാസ്ത്രശാഖക
ളിൽ പാണ്ഡിത്യം നേടിയ അദ്ദേഹം എ.ഡി.1325ലാണ് തന്റെ ലോകസ
ഞ്ചാരം ആരംഭിക്കുന്നത്. ഡൽഹിസുൽത്താൻ മുഹമ്മദ് ബിൻ
തുഗ്ലക്കിന്റെ കാലത്ത് ഇന്ത്യയിൽ കാലുകുത്തിയ അദ്ദേഹം ചുരുങ്ങിയത്
ആറു പ്രവശ്യമെങ്കിലും കോഴിക്കോട് സന്ദർശിച്ചിട്ടുണ്ട്. ഏഴിമല, ധർമ്മടം,
വളപട്ടണം, പന്തലായനി, കോഴിക്കോട് തുടങ്ങിയ പ്രദേശങ്ങളെപ്പറ്റി
യെല്ലാം അദ്ദേഹം വിവരിക്കുന്നു. തെങ്ങ്, കുരുമുളക്, വെറ്റില, മാമ്പഴം,
ചക്ക, ഞാവൽ തുടങ്ങിയവയെപ്പറ്റിയും അവയുടെ ഔഷധഗുണത്തെ
പ്പറ്റിയും അദ്ദേഹം പ്രതിപാദിക്കുന്നു.

"മുലൈബാറിലെ ഏറ്റവും വലിയ തുറമുഖമാണ് കാലിക്കൂത്ത് (കോഴിക്കോട്). ചൈന, ശ്രീലങ്ക, യമൻ, പേർഷ്യ, മാലിദ്വീപ് എന്നീ രാജ്യ ക്കാർ കച്ചവടത്തിനായി ഇവിടെ എത്തുന്നു. ലോകത്തിന്റെ വിവിധ ഭാഗങ്ങളിൽനിന്നുമുള്ള പ്രതിനിധികളെ കോഴിക്കോട്ടങ്ങാടിയിൽ കാണാം. ലോകത്തിലെ ഏറ്റവും പ്രധാനപ്പെട്ട തുറമുഖങ്ങളിൽ അപ്രധാനമല്ലാത്ത സ്ഥാനമാണ് കോഴിക്കോടിനുള്ളത്", ഇബ്നുബത്തൂത്ത വിലയിരു ത്തുന്നു.

സാമൂതിരിയെപ്പറ്റിയും തനിയ്ക്ക് കോഴിക്കോട് ലഭിച്ച സ്വീകരണ ത്തെപ്പറ്റിയുമെല്ലാം അഭിമാനത്തോടെ ഈ സഞ്ചാരി രേഖപ്പെടുത്തുന്നു. 'സാമിരി' എന്നറിയപ്പെടുന്ന ഹിന്ദുവാണ് കോഴിക്കോട് രാജാവ് എന്നും നഗരത്തിലെ വ്യാപാരിത്തലവൻ ബഹറിൻകാരനായ ഇബ്രാഹിം ഷാഹ്ബന്ദർ ആണെന്നും ബത്തൂത്ത പ്രസ്താവിക്കുന്നു. ഇബ്നു ബത്തൂത്തയെയും കൂട്ടരെയും രാജാവിന്റെ പ്രതിനിധികളും കച്ചവട പ്രമാണിമാരും ചേർന്ന് ചെണ്ട, കാഹളം, പെരുമ്പറ, കൊമ്പ്, കുഴൽ തുടങ്ങിയ വാദ്യഘോഷങ്ങളുടെ അകമ്പടിയോടെ കൊടിവെച്ച കപ്പലിലാണ് സ്വീകരിക്കാൻ എത്തിയത്. വലിയൊരു ജനക്കൂട്ടം അഭിവാദനം ചെയ്ത് ബഹുമാനിക്കാൻ തുറമുഖത്ത് അണിനിരന്നു. ഇത്രയും ഹൃദ്യമായ സ്വീകരണം മുലൈബാറിൽ മറ്റൊരിടത്തുനിന്നും ലഭിച്ചിരുന്നില്ല എന്നും അതീവസന്തോഷത്തോടെ ബത്തൂത്ത എടുത്തുപറയുന്നു. താൻ കോഴിക്കോട്ടുകണ്ട മൂന്നുതരം ചൈനീസ് കപ്പലുകളെപ്പറ്റിയും ഈ സഞ്ചാരി സൂചിപ്പിക്കുന്നു. ഏറ്റവും വലിയതരം കപ്പലുകൾ 'ജെങ്ക്', ഇടത്തരം 'സവ', ചെറിയവ 'കകം' എന്നാണറിയപ്പെടുന്നത്. മൂന്നുമുതൽ പന്ത്രണ്ടുവരെ പായകളുള്ള കപ്പലുകളുണ്ട്. പായകൾ മുളകൊണ്ടാണ് നെയ്യുന്നത്.

ലോകത്തിന്റെ വിവിധ ഭാഗങ്ങളിൽനിന്ന് വ്യാപാരികൾ കോഴി ക്കോട്ടേക്ക് പ്രവഹിക്കാനുള്ള കാരണവും ഇബ്നുബത്തൂത്ത എടുത്തു പറയുന്നു. കോഴിക്കോടുവെച്ച് വ്യാപാരികളുടെ കപ്പലുകൾ മുങ്ങുകയോ പൊളിയുകയോ ചെയ്താൽ കപ്പലുകളിൽനിന്ന് രക്ഷപ്പെടുത്താൻ കഴിയുന്ന സാധനങ്ങളെല്ലാം കരയ്ക്കടുപ്പിക്കുവാൻ ഗവൺമെന്റ് സഹകരിക്കുകയും കടലിൽനിന്ന് വീണ്ടെടുക്കുന്നവയെല്ലാം അതാതിന്റെ ഉടമസ്ഥർക്കുതന്നെ ഏൽപ്പിച്ചുകൊടുക്കുകയും ചെയ്യും. മലബാറിലെ മറ്റു സ്ഥലങ്ങളിൽ ഇത്തരമൊരാനുകൂല്യം ഗവൺമെന്റ് ചെയ്തുകൊടുക്കാ റില്ല എന്നും കപ്പൽ പൊളിഞ്ഞാൽ അതിലെ വസ്തുവകകളുടെ അവ കാശം ആ പ്രദേശത്തെ രാജാവിനായിരിക്കുമെന്നും അദ്ദേഹം നിരീ ക്ഷിക്കുന്നു.

ഏറ്റവും മനോഹരമായ പട്ടണമാണ് ചാലിയമെന്നും അവിടുത്തെ വിദഗ്ധരായ തൊഴിലാളികൾ അതിമനോഹരമായ വസ്ത്രങ്ങൾ നെയ്യു ന്നതിൽ സമർത്ഥരാണെന്നും ഇബ്നുബത്തൂത്ത പ്രസ്താവിക്കുന്നു.

നിക്കോളോ കോണ്ടി

15-ാം നൂറ്റാണ്ടിന്റെ പൂർവാർദ്ധത്തിൽ കേരളം സന്ദർശിച്ച ഇറ്റാലിയൻ സഞ്ചാരി നിക്കോളോ കോണ്ടി, കൊല്ലം, കോഴിക്കോട് തുടങ്ങിയ തുറമുഖങ്ങളെക്കുറിച്ചും അവിടുത്തെ കുരുമുളക്, ഇഞ്ചി തുടങ്ങിയ സുഗന്ധദ്രവ്യങ്ങളുടെ വ്യാപാരത്തെക്കുറിച്ചും വർണ്ണിക്കുന്നു. കേരളത്തിലെ ചക്കപ്പഴവും മാമ്പഴവും ആവോളം ആസ്വദിച്ച അദ്ദേഹം ലോകത്തിലുള്ള പഴങ്ങളിൽ ഏറ്റവും സ്വാദിഷ്ടമായത് ചക്കപ്പഴമാണെന്ന അഭിപ്രായക്കാരനാണ്.

നാവികപാരമ്പര്യത്തിനു പേരുകേട്ട കോഴിക്കോടിനെ ഇന്ത്യയുടെ മഹത്തായ വാണിജ്യകേന്ദ്രമെന്നാണ് നിക്കോളോകോണ്ടി വിശേഷി പ്പിക്കുന്നത്. കോഴിക്കോട്ടെ കുരുമുളക് കയറ്റുമതിയെക്കുറിച്ചും കുരുമുള കുചാക്കുകൾ അട്ടിയട്ടിയായി ഇട്ടിരിക്കുന്ന പണ്ടകശാലകളെക്കുറിച്ചും നിക്കോളോ കോണ്ടി സൂചിപ്പിക്കുന്നു. മറ്റു സുഗന്ധദ്രവ്യങ്ങളായ ഇഞ്ചി, ഇലവർങ്ങപ്പട്ട, താന്നിക്ക എന്നിവയും കോഴിക്കോടുനിന്നും കയറ്റുമതി ചെയ്തിരുന്നു. വിദേശവ്യാപാരികൾക്ക് വളരെയേറെ ആനുകൂല്യങ്ങളും സുരക്ഷിതത്വവും നല്കുന്ന തുറമുഖങ്ങൾ വേറെ ഇല്ല എന്ന നിരീക്ഷണ വും അദ്ദേഹം നടത്തുന്നു.

വാങ് താ യുൻ

എ.ഡി.1330-1349ൽ കേരളത്തിലെത്തിയ ചീനാവ്യാപാരി സംഘത്തലവൻ വാങ് താ യുൻ കായങ്കുളം, കോഴിക്കോട്, ഏഴിമല, ശ്രീകണ്ഠാപുരം തുടങ്ങിയ വ്യാപാര കേന്ദ്രങ്ങൾ സന്ദർശിച്ചു.

ലോകത്തിന്റെ വിവിധ ഭാഗങ്ങളിൽനിന്ന് വ്യാപാരികൾ കോഴിക്കോ ട്ടെത്തുന്നുണ്ടെന്നും സമനിരപ്പായ ഭൂമി ഫലഭൂയിഷ്ഠമല്ലെങ്കിലും ജനങ്ങൾ പലതരം കൃഷികൾ ചെയ്യുന്നുണ്ടെന്നും അദ്ദേഹം രേഖപ്പെടുത്തുന്നു. മുഖ്യഭക്ഷണം അരിയാണെങ്കിലും ഒറീസ്സയിൽ നിന്നുള്ള ഇറക്കുമതികൊണ്ടുമാത്രമേ അരി വേണ്ടത്ര ലഭ്യമാകാറുള്ളൂ എന്നും അദ്ദേഹം നിരീക്ഷിക്കുന്നു.

രാജാവിനെക്കുറിച്ചും കോഴിക്കോട് വിദേശവ്യാപാരികൾക്കു ലഭിക്കുന്ന സംരക്ഷണത്തെക്കുറിച്ചുമെല്ലാം പ്രസ്താവിക്കുന്ന അദ്ദേഹം ജനങ്ങളെയും സൂക്ഷ്മമായി വിലയിരുത്തുന്നു. കടൽക്കൊള്ളക്കാരുടെ ശല്യമില്ലെന്നും മരണമടയുന്ന വിദേശവ്യാപാരികളുടെ ചരക്കുകൾ അവകാശികൾ എത്തിച്ചേരുന്നതുവരെ രാജാവിന്റെ കാര്യക്കാർ സൂക്ഷിച്ച് അവകാശിക്ക് തിരികെ കൊടുക്കുമെന്നും സഞ്ചാരി പ്രസ്താവിക്കുന്നു. ഇവിടെ തുറമുഖച്ചുങ്കം കുറവാണ്.

അധ്വാനശീലരും സമാധാനപ്രിയരും ലളിതജീവിതം നയിക്കുന്നവരു മാണ് കോഴിക്കോട്ടെ ജനങ്ങൾ. സ്ത്രീകളും പുരുഷന്മാരും തലമുടി

വളർത്തി നെറുകയിൽ കെട്ടിവെയ്ക്കുന്നു. സ്ത്രീ പുരുഷ ഭേദമന്യേ കാതുകുത്തി ആഭരണങ്ങൾ അണിയുന്നു. സ്ത്രീകൾ ആഭരണപ്രിയ രാണെന്നും സ്വർണ്ണം, രത്നം, വെള്ളി, മുത്ത്, ചെമ്പ്, ഇരുമ്പ്, കവടി, കല്ലുകൾ തുടങ്ങിയവ ആഭരണ നിർമ്മാണത്തിനുപയോഗിക്കുന്നുവെ ന്നും അദ്ദേഹം പരാമർശിക്കുന്നു.

നല്ലയിനം കുതിരകളെ അറബ്ദേശത്തുനിന്നാണ് കൊണ്ടുവരുന്നത്. കോഴിക്കോട്ടെ ജനങ്ങൾക്ക് തനതായ ഭാഷയുണ്ടെന്നും പനയോലയി ലാണ് എഴുത്തെന്നും ഗണിതശാസ്ത്രത്തിൽ സമർത്ഥരാണെന്നും അദ്ദേഹം കണ്ടെത്തുന്നു.

മാഹ്വാൻ

പതിനഞ്ചാം നൂറ്റാണ്ടിൽ കേരളത്തിലെത്തിയ ചീനാസഞ്ചാരിയാണ് മാഹ്വാൻ. ചൈനാചക്രവർത്തി വിദേശരാജ്യങ്ങളിലേക്കയച്ച സ്ഥാനപതി യുടെ കീഴുദ്യോഗസ്ഥനാണ് ഇദ്ദേഹം. കൊച്ചി, കോഴിക്കോട് എന്നീ പട്ടണങ്ങളെപ്പറ്റി മാഹാൻ പരാമർശിക്കുന്നു. ഏറ്റവും പ്രധാന തുറമുഖമായ കോഴിക്കോട് ധാരാളം വിദേശികൾ വ്യാപാരത്തിനായി എത്തുന്നു. സാമൂതിരിയുടെ രാജ്യത്ത് വൻതോതിൽ കുരുമുളകും തെങ്ങും കൃഷിചെയ്യുന്നു. രാജാവിന്റെ കാര്യക്കാരൻ മുസ്ലിമാണെന്നും മുസ്ലിങ്ങൾക്ക് മാന്യസ്ഥാനമുണ്ടെന്നും ജനസംഖ്യയിൽ ഗണ്യമായ ഒരു വിഭാഗം അവരാണെന്നും ഇവിടെ ധാരാളം പള്ളികളുണ്ടെന്നും അദ്ദേഹം രേഖപ്പെടുത്തുന്നു.

കൊട്ടാരവും ക്ഷേത്രവും മറ്റു കെട്ടിടങ്ങളും ദിവസവും ചാണകം മെഴുകുമെന്നും ജനകൾ കുളികഴിഞ്ഞ് ഭസ്മക്കുറി അണിയുമെന്നും അദ്ദേഹം സൂചിപ്പിക്കുന്നു. കോഴിക്കോട്ടെ നീതിന്യായവ്യവസ്ഥയെപ്പറ്റി യും തിളച്ച നെയ്യിൽ കൈ മുക്കി നിരപരാധിത്വം തെളിയിക്കുന്ന സത്യ പരീക്ഷയെപ്പറ്റിയും ഈ സഞ്ചാരി വിവരിക്കുന്നു. രാജാവിന്റെ പിന്തു ടർച്ചാവകാശം മരുമക്കൾക്കാണെന്ന സവിശേഷതയും അദ്ദേഹം എടുത്തുപറയുന്നു.

ഫെയ്സീൻ

എ.ഡി.1436ൽ കേരളത്തിലെത്തിയ ചീനസഞ്ചാരി ഫെയ്സീൻ തന്റെ ഗ്രന്ഥത്തിൽ കൊച്ചി, കോഴിക്കോട് എന്നീ സ്ഥലങ്ങളെപ്പറ്റി പരാമർശി ക്കുന്നു. വിദേശവ്യാപാരികളെ അദ്ദേഹം കോഴിക്കോട് ധാരാളമായി ക ണ്ടു. തികഞ്ഞ സുരക്ഷിതത്വമുള്ള കോഴിക്കോട് ചുങ്കം കുറവാണെന്നും ജനങ്ങൾ നല്ല മര്യാദക്കാരാണെന്നും അദ്ദേഹം ചൂണ്ടിക്കാട്ടുന്നു. പരു ത്തിവസ്ത്രമാണ് ജനങ്ങൾ ധരിക്കുന്നത്. ചില സ്ത്രീകൾ 'റൗക്ക' എന്ന ചെറിയ മേൽക്കുപ്പായം ധരിക്കാറുണ്ട്.

അബ്ദുർ റസാഖ്

പതിനഞ്ചാം നൂറ്റാണ്ടിലെ കോഴിക്കോടിനെക്കുറിച്ച് വിലപ്പെട്ട വിവര ങ്ങൾ നല്കുന്ന വിദേശസഞ്ചാരിയാണ് റസാഖ്. വ്യാപാരരംഗത്ത് ഇവിടെ അറബികൾക്കായിരുന്നു മേധാവിത്വം. തികഞ്ഞ സുരക്ഷിത തുറമുഖമായ കോഴിക്കോട് പ്രസിദ്ധ വ്യാപാരകേന്ദ്രമായ ഓർമസ് തുറമുഖംപോലെ എല്ലാ രാജ്യങ്ങളിലേയും പട്ടണങ്ങളിലേയും വ്യാപാരികളെ ആകർഷിച്ചിരുന്നു. കോഴിക്കോട്ടെ ജനസംഖ്യയിൽ ഗണ്യമായ ഒരു വിഭാഗം മുസ്ലീങ്ങളാണെന്നും അവർക്ക് ആരാധനാ ലയങ്ങൾ ഉണ്ടെന്നും റസാഖ് രേഖപ്പെടുത്തി.

'സാമൂതിരി' എന്നാണ് രാജാവിനെ നാട്ടുകാർ വിളിക്കുന്നത്. രാജാധി കാരത്തിൽ പിന്തുടർച്ചാവകാശം മരുമക്കൾക്കാണ്. ആയുധമോ അധികാരമോ ഉപയോഗിച്ച് അനന്തരാവകാശം കൈയടക്കാൻ ആരും ശ്രമിക്കാറില്ല. സാമൂതിരിയുടെ പ്രധാന കാര്യക്കാരൻ മുസ്ലിമാണ്.

തുറമുഖത്തുവെച്ച് കപ്പൽ അപകടത്തിൽപ്പെട്ടു തകർന്നാൽ, കരയ്ക്കടിയുന്ന ചരക്കുകളും മരണപ്പെടുന്ന വ്യാപാരികളുടെ ചരക്കുക ളും രാജാവ് അവകാശികൾക്ക് ഏൽപ്പിച്ചുകൊടുക്കും. കോഴിക്കോട്ടുകാർ സമുദ്രയാത്രയിലും വ്യാപാരത്തിലും സമർത്ഥരായിരുന്നുവെന്നും അബ്ദുർ റസാക്ക് നിരീക്ഷിക്കുന്നു.

പീറോ ഡി കോവിൽഹോ

കോവിൽഹോ, വാസ്കോഡഗാമയ്ക്ക് മുമ്പ് കേരളത്തിലെത്തിയ പോർച്ചുഗീസ് നയതന്ത്രജ്ഞനും ഭാഷാപണ്ഡിതനുമാണ്. മദ്ധ്യയുഗത്തിലെ ശക്തമായ യൂറോപ്യൻരാജ്യമായ പോർച്ചുഗൽ ഇന്ത്യയിലെ സുഗന്ധവ്യഞ്ജന വ്യാപാരക്കുത്തക കൈവശപ്പെടുത്താ നായി യൂറോപ്പിൽനിന്ന് ഇന്ത്യയിലേക്ക് കടൽമാർഗ്ഗം കണ്ടുപിടിക്കാൻ ശ്രമിച്ചിരുന്നു. മതപരമായ ഘടകംകൂടി ഈ നാവികതാൽപ്പര്യത്തിന് പിന്നിലുണ്ടായിരുന്നു. പ്രസ്റ്റർ ജോൺ എന്ന ക്രിസ്ത്യൻ രാജാവ് ഇന്ത്യയിലോ ചൈനയിലോ അബിസീനിയയിലോ ഉണ്ടെന്ന് യൂറോപ്യർ ദൃഢമായി വിശ്വസിച്ചിരുന്നു. നാവികയാത്രകൾക്ക് ഇത് കൂടുതൽ കരുത്തുനല്കി. പോർച്ചുഗീസ് രാജാക്കൻമാരായ ഡോം ഹെൻറിയും ജോവോ രണ്ടാമനും പൗരസ്ത്യരാജ്യങ്ങളിലേക്കുള്ള കടൽമാർഗ്ഗം കണ്ടുപിടിക്കാൻ നാവികസംഘങ്ങളെ അയച്ചു. ജോവോ രണ്ടാമൻ ഒരു സംഘം പോർച്ചുഗീസുകാരെ പ്രസ്റ്റർജോണിന്റെ രാജ്യം കണ്ടെത്താൻ കരമാർഗ്ഗം പൗരസ്ത്യരാജ്യങ്ങളിലേക്കയച്ചെങ്കിലും ദൗത്യം വിജയിച്ചില്ല. അറബിഭാഷ അറിയാവുന്ന ബഹുഭാഷാപണ്ഡിതരായ പിറോ ഡി കോവിൽഹോയും അഫോൺസോ ഡി പൈവായും പോർച്ചുഗൽ രാജാവ് ജോവോ രണ്ടാമന്റെ നിർദ്ദേശപ്രകാരം പ്രസ്റ്റർ ജോണിന്റെ രാജ്യം തേടി

കടൽമാർഗ്ഗം 1487 മെയ് 7ന് ലിസ്ബണിൽനിന്ന് പുറപ്പെട്ടു. അലക്സാ
ണ്ഡറിയയിൽ എത്തിയ അവർ വിവിധ രാജ്യക്കാരായ വ്യാപാരികളെ
കണ്ടുമുട്ടി. അറബികളുടെ ആചാരങ്ങളും ഭാഷയും വേഷവും നന്നായി
അറിയാമായിരുന്ന ഇവർ അറബിവ്യാപാരികളുടെ വേഷത്തിൽ
അറബികളുടെ കൂടെ ഏഡൻ തുറമുഖം ലക്ഷ്യമാക്കി സഞ്ചരിച്ചു.
ചെങ്കടലിനടുത്ത് 'ടോർ' എന്ന് സ്ഥലത്ത് ഇറങ്ങിയ ഇരുവരും
കോഴിക്കോടുനിന്നുവരുന്ന അറബിവ്യാപാരികളെ കണ്ടുമുട്ടുകയും
കോഴിക്കോടിന്റെയും മലബാറിന്റെയും സമ്പദ്സമൃദ്ധിയെപ്പറ്റി മനസ്സി
ലാക്കുകയും ചെയ്തു. ഏഡനിലെത്തിയ ഇവർ ഒരു തീരുമാനമെടുത്തു:
പ്രസ്റ്റർ ജോണിനെത്തേടി പൈവ അബിസീനിയയിലേക്കും സുഗ
ന്ധദ്രവ്യങ്ങൾ അന്വേഷിച്ച് കോവിൽഹോ മലബാറിലേക്കും പോ
കാനായിരുന്നു തീരുമാനം. നിശ്ചിത ദിവസം കയ്റോവിൽവെച്ചു വീണ്ടും
കാണാമെന്ന കരാറിൽ അവർ പിരിഞ്ഞു.

സത്യസന്ധവും മാന്യവുമായ പെരുമാറ്റത്തിലൂടെ കോവിൽഹോ
അറബികളുടെ വിശ്വാസം നേടുകയും മലബാറിലേക്കുള്ള കച്ചവട
ക്കപ്പലിൽ കയറി 1488 ൽ കണ്ണൂരെത്തുകയും ചെയ്തു. പിന്നീടദ്ദേഹം
കോഴിക്കോട്ടേക്ക് പോയി. ഓലമേഞ്ഞ വീടുകളും കടൽക്കരയിലെ
തെങ്ങുകളും സ്വർണ്ണവും രത്നവും ആനയും കുരുമുളകുമുള്ള അദ്ഭുത
നഗരമായി അദ്ദേഹം കോഴിക്കോടിനെകണ്ടു. തുടർന്ന് കോവിൽ ഹോ,
ഗോവ വഴി ഓർമസിലേക്കും അവിടെനിന്ന് ആഫ്രിക്കയുടെ കിഴക്കേ
തീരത്തേക്കും പോയി മെഡഗാസ്കർ ഉൾപ്പെടെയുള്ള എല്ലാ തുറ
മുഖങ്ങളും സന്ദർശിച്ചു. കോവിൽഹോയുടെ സന്ദർശനം പൗരസ്ത്യ
രാജ്യങ്ങളെക്കുറിച്ച് പാശ്ചാത്യർക്കുണ്ടായിരുന്ന തെറ്റായ ധാരണകൾ
ഇല്ലാതാക്കി. ആഫ്രിക്കൻതീരം ഗതാഗതയോഗ്യമല്ലെന്ന ധാരണ
അദ്ദേഹം തിരുത്തി. ആഫ്രിക്കയുടെ തെക്കേ അറ്റം ചുറ്റി
അറബിക്കടലിൽ പ്രവേശിക്കാമെന്ന വിവരം കോവിൽഹോ മനസ്സിലാക്കി.

താൻ കണ്ടെത്തിയ വിവരങ്ങളെല്ലാം പോർച്ചുഗീസ് രാജാവിന്റെ
പക്കൽ എത്തിക്കാൻ ഏർപ്പാട് ചെയ്തശേഷം കോവിൽഹോ
അബിസീനിയയിലേക്ക് പോയി. അവിടെ ഉന്നതസ്ഥാനമാനങ്ങൾ
നൽകപ്പെട്ട അദ്ദേഹം സ്വദേശത്തേക്കുപോകാതെ അബീസീനിയയിൽ
സ്ഥിരതാമസമാക്കി. അതുകൊണ്ടാണ് കോവിൽഹോ എന്ന
നയതന്ത്രജ്ഞനായ നാവികന് ചരിത്രത്തിൽ അർഹമായ ഇടം
ലഭിക്കാതെ പോയത്. അദ്ദേഹം അബീസീനിയയിലേക്ക് പോകാതെ
തന്റെ യാത്രാവിവരണവുമായി നേരിട്ട് പോർച്ചുഗലിൽ ചെന്നിരുന്നെങ്കിൽ
രാജാവ് ഗാമയ്ക്കപകരം സാഹസിക നാവികനായ കോവിൽഹോയെ
ആയിരിക്കും ഇങ്ങോട്ടയക്കുക. നയതന്ത്രജ്ഞനും ബഹുഭാഷാപണ്ഡിത
നുമായ കോവിൽഹോ, ക്രൂരനും പ്രതികാരദാഹിയുമായ ഗാമയേക്കാൾ
എന്തുകൊണ്ടും ഉന്നതനാണ്.

ഡ്വാർത്തെ ബാർബോസ

എ.ഡി.1500മുതൽ 1516വരെ കേരളത്തിൽ താമസിച്ച് കേരളീയജീവിതരീതികൾ സൂക്ഷ്മമായി നിരീക്ഷിച്ച പോർച്ചുഗീസ് ഉദ്യോഗസ്ഥനാണ് ബാർബോസ. കോഴിക്കോടിനെക്കുറിച്ചും സാമൂതിരി, സഭ, സെക്രട്ടറിയേറ്റ്, നീതിന്യായവ്യവസ്ഥ തുടങ്ങിയവയെപ്പറ്റിയും ഇദ്ദേഹം വിശദമാക്കുന്നു. തുറമുഖത്തെ കയറ്റിറക്കുമതികളുടെ മേൽനോട്ടം ഷാ ബന്ദർകോയ എന്ന ഉദ്യോഗസ്ഥന്റെ ചുമതലയായിരുന്നു എന്നു രേഖപ്പെടുത്തുന്ന ബാർബോസ, ഇവിടെ നിലനിന്നിരുന്ന മതസൗഹാർദം പ്രത്യേകം പരാമർശിക്കുന്നു. മലയാളികൾക്കുപുറമെ ഗുജറാത്തികൾ, ചെട്ടികൾ, കൊങ്കിണികൾ എന്നിവരും ഇതരമതസ്ഥ രായ ജൂതന്മാർ, ക്രിസ്ത്യാനികൾ, മുസ്ലിങ്ങൾ തുടങ്ങിയവരും ഇവിടെ ഉണ്ടായിരുന്നു. ഇവരെയെല്ലാം ഒരേപോലെ സാമൂതിരി വീക്ഷിച്ചു.

ലുഡൊവിക്കോ ഡി വർത്തേമ

16-ാം നൂറ്റാണ്ടിൽ കേരളത്തിലെത്തിയ ഇറ്റാലിയൻ സഞ്ചാരി വർത്തേമയുടെ വിവരണങ്ങൾ കോഴിക്കോടിന്റെ സാമൂഹ്യ-രാഷ്ട്രീയ രംഗങ്ങളിലേക്ക് വെളിച്ചം വീശുന്നു. വ്യാപാരത്തിനല്ല, തികച്ചും സഞ്ചാരകൗതുകം കൊണ്ടാണ് അദ്ദേഹം ഇവിടെ വന്നത്.

1503ൽ കോഴിക്കോട്ടെത്തിയ വർത്തേമ ലോകത്തിന്റെ വിവിധ ഭാഗങ്ങളിൽനിന്ന് കപ്പലുകൾ എത്തുകയും ചരക്കുകൾ കൈമാറുകയും ചെയ്തിരുന്ന മികച്ച തുറമുഖമാണ് കോഴിക്കോട് എന്ന് രേഖപ്പെടുത്തു ന്നു. ഇവിടെ തികഞ്ഞ സുരക്ഷിതത്വവും ഉദാരവും നീതിപൂർവവുമായ വാണിജ്യനിയമങ്ങളും നിലനിന്നിരുന്നു. ഈജിപ്തിൽനിന്നുള്ള മുസ്ലിം വൈദ്യനെന്ന നാട്യത്തിലാണ് വർത്തേമ കോഴിക്കോട്ടെത്തിയത്. വൈദ്യ നെന്ന നിലയിൽ അദ്ദേഹത്തിന് എല്ലായിടത്തും പ്രവേശനം ലഭിച്ചു. സാമൂതിരി പോർച്ചുഗീസുകാർക്കെതിരെ നടത്തുന്ന പടയൊരുക്കത്തിന്റെ വിവരങ്ങൾ അദ്ദേഹം പോർച്ചുഗീസുകാരെ രഹസ്യമായി അറിയിച്ചു. കേരളീയരുടെ വീടുകളെപ്പറ്റിയും വസ്ത്രധാരണ രീതിയെപ്പറ്റിയും ഭക്ഷണത്തെപ്പറ്റിയും ആരാധനാസമ്പ്രദായങ്ങളെപ്പറ്റിയുമെല്ലാം അദ്ദേഹം വിശദമാക്കുന്നു.

അഫ്നാസി നികിതിൻ

ഇന്ത്യ സന്ദർശിക്കുകയും ഇന്ത്യയെക്കുറിച്ച് ശ്രദ്ധേയമായ വിവരങ്ങൾ നല്കുകയും ചെയ്ത റഷ്യൻ സഞ്ചാരിയാണ് നികിതിൻ. വ്യാപാരം ലക്ഷ്യമാക്കിയാണ് അദ്ദേഹം ഇന്ത്യയിലെത്തിയത്. 15-ാം നൂറ്റാണ്ടിലെ കേരളത്തെക്കുറിച്ച് അദ്ദേഹം വിവരിക്കുന്നുണ്ട്. നികിതിനെ ഏറ്റവും ആകർഷിച്ച നഗരം കോഴിക്കോടായിരുന്നു. ഇന്ത്യയിലെ വലിയ

തുറമുഖങ്ങളിലൊന്നായ കോഴിക്കോട് പല വിദേശവ്യാപാരികളും എത്തി യിരുന്നുവെന്നും കുരുമുളക്, ഏലം, ഇഞ്ചി തുടങ്ങിയ സുഗന്ധവ്യഞ്ജന വസ്തുക്കളുടെ വ്യാപാരത്തിൽ കോഴിക്കോടിന് പ്രമുഖ സ്ഥാനമുണ്ടാ യിരുന്നുവെന്നും അദ്ദേഹം രേഖപ്പെടുത്തുന്നു.

സ്റ്റെഫാനോ

1496ൽ കോഴിക്കോട് സന്ദർശിച്ച ജനോവക്കാരനായ വ്യാപാരിയാണ് സ്റ്റെഫാനോ. ഇദ്ദേഹം കോഴിക്കോടിനെ 'മഹാനഗരം' എന്ന് വിശേഷിപ്പി ക്കുന്നു. വാണിജ്യവും ഭരണസമ്പ്രദായവുമൊന്നുമല്ല, ജനങ്ങളുടെ സവി ശേഷമായ ആചാരനുഷ്ഠാനങ്ങളാണ് അദ്ദേഹത്തെ വളരെയേറെ ആകർ ഷിച്ചത്. കുരുമുളകുതോട്ടങ്ങളെപ്പറ്റിയും ഇഞ്ചിക്കൃഷിയെപ്പറ്റിയുമെല്ലാം അദ്ദേഹം വിശദമായി പ്രതിപാദിക്കുന്നു.

പീട്രോ ഡെല്ലാ വെല്ലി

റോമിൽ ജനിച്ച ഇദ്ദേഹം 17-ാം നൂറ്റാണ്ടിൽ ഇന്ത്യ സന്ദർശിച്ചു. സഞ്ചാരകൗതുകംകൊണ്ട് ഇവിടെ എത്തിയ ഈ സഞ്ചാരി ഉത്തരേന്ത്യ, മംഗലാപുരം, കോഴിക്കോട് തുടങ്ങിയ സ്ഥലങ്ങൾ സന്ദർശിച്ചു. കോഴിക്കോടങ്ങാടി സന്ദർശിച്ച പീട്രോ അവിടെയുള്ള ചരക്കുകളെ പ്പറ്റിയും ഓലമേഞ്ഞ കെട്ടിടങ്ങളെപ്പറ്റിയും വിവരിക്കുന്നു. ആഭരണക്ക മ്പത്തിൽ പുരുഷന്മാർ സ്ത്രീകളുടെ ഒട്ടും പിറകിലായിരുന്നില്ല എന്ന് അദ്ദേഹം ചൂണ്ടിക്കാട്ടുന്നു. കോഴിക്കോട് നഗരത്തിലെ കെട്ടിടങ്ങൾ ഉയരം കുറഞ്ഞവയും റോഡുകൾ ഇടുങ്ങിയവയുമാണ്. എന്നാൽ അവ വൃത്തിയായി സൂക്ഷിച്ചിരുന്നു. സാമൂതിരിയെ സന്ദർശിക്കാൻ കൊട്ടാരത്തിലെ അനേകം വാതിലുകൾ കടന്നുപോകണം. രാജാക്കന്മാർ തമ്മിൽ യുദ്ധമുണ്ടായാൽ പരാജിതനെ വധിക്കുന്ന പതിവില്ലെന്നും പീട്രോ ഡെല്ലാവെല്ലി സൂചിപ്പിക്കുന്നു.

പിറാർഡ് ഡി ലാവൽ

ഫ്രഞ്ചുവ്യാപാരിയായ പിറാർഡ് 17-ാം നൂറ്റാണ്ടിൽ ഇന്ത്യയിലെത്തി. കേരളീയനഗരങ്ങളിൽ അദ്ദേഹത്തെ ഏറെ ആകർഷിച്ചത് കോഴിക്കോ ടാണ്. കേരളത്തിലെ മതസഹിഷ്ണുത, സത്യസന്ധത, രാജാക്കന്മാരുടെ ഭരണനൈപുണ്യം തുടങ്ങിയവയെല്ലാം അദ്ദേഹം എടുത്തുപറയുന്നു. ലോകത്തിലെ എല്ലാ ഭാഗങ്ങളിൽനിന്നുമുള്ള കച്ചവടക്കാർ എത്തുന്ന കോഴിക്കോട് ഇന്ത്യയിലെ ഏറ്റവും തിരക്കേറിയ തുറമുഖപട്ടണമാണ്. സ്വാതന്ത്ര്യവും സുരക്ഷിതത്വവും കുറ്റമറ്റ നീതിന്യായവ്യവസ്ഥയും കോഴിക്കോട് നിലനിന്നിരുന്നു. സുരക്ഷിത കോട്ടകളോ മതിലുകളോ ഇല്ലാത്ത തുറന്ന നഗരമായിരുന്നു കോഴിക്കോട്. ഇവിടുത്തെ ഭരണക്രമം ചിട്ടയോടെയായിരുന്നു. ഈ സഞ്ചാരിയെ ഏറ്റവും ആകർഷിച്ചത് കോഴി

ക്കോട്ടെ സെക്രട്ടറിയേറ്റ് ആണ്. പാശ്ചാത്യർക്ക് ഭാവനയിൽപ്പോലും കാണാൻ കഴിയാത്ത മികച്ച ഭരണസംവിധാനമായിരുന്നു കോഴിക്കോട് അന്നുണ്ടായിരുന്നത്. സാമൂതിരിയെ പലതവണ സന്ദർശിച്ച അദ്ദേഹം, രാജാവ് വിദേശികളെ സ്വീകരിക്കുന്നതിലും അവരിൽനിന്ന് വിവരങ്ങൾ മനസ്സിലാക്കുന്നതിലും തല്പ്പരനായിരുന്നു എന്ന വസ്തുത എടുത്തു പറയുന്നു.

ഡോ. ജോൺ ഫ്രയർ

17-ാം നൂറ്റാണ്ടിൽ ഇന്ത്യ സന്ദർശിച്ച ഇംഗ്ലീഷുകാരനായ ജോൺ ഫ്രയർ കേരളത്തിലുമെത്തി. കോഴിക്കോടുനഗരം സമ്പന്നമായിരുന്നു വെന്നും വ്യാപാരം വളർച്ച പ്രാപിച്ചിരുന്നുവെന്നും രാജകൊട്ടാരം തുറമുഖ ത്തുനിന്നും ഉള്ളിലേക്ക് മാറിയാണെന്നും ഡോ. ജോൺ രേഖപ്പെടു ത്തുന്നു. പോർച്ചുഗീസുകാർ സാമൂതിരിയുമായി ശത്രുതയിലാകാൻ കാരണം കോഴിക്കോടിന്റെ വളർച്ചയിൽ വലിയ പങ്കുണ്ടായിരുന്ന മുസ്ലീ ങ്ങളോടുള്ള പോർച്ചുഗീസുകാരുടെ ശത്രുതാമനോഭാവമാണ്. സാമൂ തിരിയുടെ ആജന്മശത്രുവായ കൊച്ചിരാജാവുമായി പോർച്ചുഗീസുകാർ ഉടമ്പടിയുണ്ടാക്കി യുദ്ധങ്ങളിൽ കൊച്ചിരാജാവിനെ സഹായിച്ചതാണ് ശത്രുതയ്ക്കുള്ള മറ്റൊരു കാരണം (അവലംബം: 'സഞ്ചാരികൾ കണ്ട കേരളം', വേലായുധൻ പണിക്കശ്ശേരി).

സാംസ്കാരിക പൈതൃകം

സാമൂതിരിമാരുടെ കീഴിൽ കേരളത്തിലെ സാംസ്കാരിക പൈതൃക ത്തിന് തനതായ സംഭാവനകൾ കോഴിക്കോട് നല്കി. കലാ-സാഹിത്യാ ദികളെ പ്രോത്സാഹിപ്പിച്ചിരുന്ന സാമൂതിരിമാരുടെ ഭരണത്തിൽ പണ്ഡി തന്മാരുടെയും കലാകാരന്മാരുടെയും കൂടാരമായിരുന്നു കോഴിക്കോട്. ആദ്യകാല സാമൂതിരിമാരിൽ 15-ാം നൂറ്റാണ്ടിൽ ഭരിച്ചിരുന്ന മാനവി ക്രമരാജാവ് (1466-1471) എന്ന പ്രസിദ്ധനായ രാജാവ് സാഹിത്യരംഗത്ത് അനശ്വരനാണ്. മുരാരിയുടെ 'അനർഘരാഘവ'ത്തിന് 'വിക്രമീയം' എന്ന വ്യാഖ്യാനം ഇദ്ദേഹം രചിച്ചു. ഇദ്ദേഹത്തിന്റെ സദസ്സ് 'പതിനെട്ടര ക്കവികൾ' അലങ്കരിച്ചു. കോഴിക്കോട്ടെ തളിക്ഷേത്രത്തിൽ സാമൂതിരിയുടെ രക്ഷാധികാര്യത്വത്തിൽ നടന്നിരുന്ന 'രേവതിപട്ടത്താനം' എന്ന പണ്ഡിതസദസ്സ് ദൂരദേശങ്ങളിൽനിന്നുപോലും പണ്ഡിതന്മാരെ ഇവിടേക്ക് ആകർഷിച്ചു.

'കോകിലസന്ദേശം', 'മല്ലികാമാരുതം' എന്നീ സംസ്കൃതകാവ്യ ങ്ങളുടെ കർത്താവായ ഉദ്ദണ്ഡ ശാസ്ത്രികൾ, 'വസുമതീമാനവിക്രമം' നാടകത്തിന്റെ കർത്താവായ ഭാക്കശ്ശേരി ഭട്ടതിരി, 'തന്ത്രസമുച്ചയം' എന്ന ശില്പശാസ്ത്രഗ്രന്ഥത്തിന്റെ കർത്താവായ ചേന്നാസ് നമ്പൂതിരി, ഷഡ്ദർശനങ്ങളിൽ ഒന്നായ 'മീമാംസ'യിൽ വിഖ്യാത പണ്ഡിതന്മാരായ

പയ്യൂർ ഭട്ടതിരിമാർ, രാമായണം ചമ്പുവിന്റെ കർത്താവായ പുനം നമ്പൂതിരി തുടങ്ങിയവർ പതിനെട്ടരക്കവികളിൽ പ്രമുഖരാണ്.

ഇവ കൂടാതെ അനുഷ്ഠാനകലകൾ, മാപ്പിളപ്പാട്ടുകൾ, വടക്കൻപാട്ടുകൾ, കളരിപ്പയറ്റ്, മറ്റ് കലാരൂപങ്ങൾ തുടങ്ങിയവ കൂടിച്ചേർന്ന് സമ്പന്നമാക്കിയ സാംസ്കാരികപൈതൃകവും കോഴിക്കോടിന് സ്വന്തമായി. ചുരുക്കത്തിൽ രാഷ്ട്രീയ, സാംസ്കാരിക രംഗങ്ങളിലെ അതുല്യമായ സ്ഥാനം ഭൗതികതലത്തിൽ വ്യാപാരം നല്കിയ സമ്പത്തോടൊപ്പം കോഴിക്കോടിനെ പ്രസിദ്ധമാക്കി.

ഡയാസ്പോറകൾ

ഇരുപതാം നൂറ്റാണ്ടിന്റെ അവസാനഘട്ടങ്ങളിൽ കച്ചവടകേന്ദ്രങ്ങളെ പറ്റിയും കച്ചവടത്തെപ്പറ്റിയും പല ഗവേഷണങ്ങളും നടന്നിട്ടുണ്ട്. ഗവേഷകർ, വാണിജ്യ ഡയാസ്പോറകൾ എന്ന സങ്കല്പനം (രീരലുടെ) ഇത്തരം പഠനങ്ങളുടെ അടിസ്ഥാനത്തിൽ കണ്ടെത്തി. ഈ സങ്കല്പനത്തെപ്പറ്റിയുള്ള പഠനങ്ങൾക്ക് ഇവിടെ തുടക്കം കുറിച്ചത് ഡോ: എം.ആർ. രാഘവവാര്യരാണ് (അവലംബം: ഡോ: വിജയലക്ഷ്മി എം, 'മലബാർ പൈതൃകവുംപ്രതാപവും')

ചിന്നിച്ചിതറിക്കിടക്കുന്നതും സാംസ്കാരികമായി പരസ്പരാശ്രയത്വം ഉള്ളതുമായ ജനതയെ ഡയാസ് പോറ എന്നുവിളിക്കാം. അന്താരാഷ്ട്ര വാണിജ്യബന്ധങ്ങളുടെ ഫലമായിട്ടാണ് വാണിജ്യ-സാംസ്കാരിക ഡയാസ്പോറകൾ ഉരുത്തിരിഞ്ഞത്. വാണിജ്യസമൂഹങ്ങളുടെ പരസ്പര ബന്ധിതമായ വേരുകൾ ചേർന്ന് വാണിജ്യ ഡയാസ്പോറയോ വാണിജ്യവലയമോ രൂപം കൊള്ളുന്നു. (അവലംബം: Cross cultural Trade in World History', Philip D Curtin)

കേരളത്തിൽ വ്യാപാരാവശ്യത്തിനായി കുടിയേറിയ ക്രിസ്ത്യാനികൾ, ജൂതന്മാർ, ഇസ്ലാം മതസ്ഥർ തുടങ്ങിയവർ ഡയാസ്പോറകളുടെ രൂപത്തിൽ കേരളീയ സമൂഹത്തിൽ നിലനിന്നു.

വാണിജ്യവും കൈമാറ്റങ്ങളും സാംസ്കാരിക അതിർത്തികൾ ഭേദിച്ച് മനുഷ്യചരിത്രത്തിൽ നിർണ്ണായക പങ്കുവഹിച്ചിട്ടുണ്ട്. വിദൂരദേശങ്ങളിലെ കച്ചവടസംഘങ്ങൾ തങ്ങളുടെ ജന്മദേശം വിട്ട് മറ്റുപ്രദേശങ്ങളിൽ എത്തുകയും അതാതിടങ്ങളിലെ ആചാരമര്യാദകളും വാണിജ്യ രീതികളും മനസ്സിലാക്കുകയും ചെയ്തിരുന്നു. ഇപ്രകാരം ആതിഥേയ രാജ്യങ്ങളിൽ താമസമുറപ്പിക്കുന്ന ഇത്തരം സംഘങ്ങൾ വാണിജ്യത്തിന്റെയും സംസ്കാരത്തിന്റെയും വാഹകരായി പ്രവർത്തിച്ചിരുന്നു.

വ്യാപാരത്തിനായി മലബാറിലെത്തിയ അറബികൾ, ജൂതന്മാർ, ക്രിസ്ത്യാനികൾ തുടങ്ങിയവരുടെ മതവിശ്വാസങ്ങൾ ഭിന്നമായിരുന്നെങ്കിലും മനസ്സ് ഭിന്നമായിരുന്നില്ല. അവർ ഒരേ ജീവിതപരിസരങ്ങളിൽ ഒരുമ

ഡോ. കെ സി വിജയരാഘവൻ, ഡോ. കെ എം ജയശ്രീ

യോടെ ജീവിച്ച് തദ്ദേശീയമായ കലാ-സാംസ്കാരിക ധാരകളെയും ഉൾ
ക്കൊണ്ടു.

ബഹുസ്വരതയാണ് ഇന്ത്യൻ ദേശീയതയുടെ നിലനില്പിന്റെ അടിത്തറ. 'രാഷ്ട്രങ്ങളുടെ രാഷ്ട്രമായ' ഇന്ത്യക്ക് ബഹുസ്വരതയെ ഉൾക്കൊള്ളാതെ ഒരുകാലത്തും തനതായ വ്യക്തിത്വം കാത്തു സൂക്ഷിക്കാൻ സാദ്ധ്യമല്ല. കേരളത്തിലെ (മലബാറിലെ) ബഹുസ്വരത സൂക്ഷ്മമായി പരിശോധിച്ചാൽ ബഹുസ്വരതകളെ സ്ഥൂലമായി ഉൾക്കൊള്ളുന്ന ഇന്ത്യൻ ദേശീയത ഗവേഷകർക്ക് കണ്ടെത്താൻ കഴിയും.

ബഹുസ്വരസമൂഹത്തിന്റെ പ്രതീകമായ കോഴിക്കോട്ടാണ് യൂറോപ്യൻ കൊളോണിയൽ ശക്തിയായ പോർച്ചുഗീസുകാർ ആദ്യം ചുവടുറപ്പിക്കാൻ ശ്രമിച്ചത്. പോർച്ചുഗീസ് കൊളോണിയലിസ ത്തിനെതിരായ കേരളത്തിലെ ആദ്യത്തെ ശക്തമായ പ്രതിരോധവും പോരാട്ടവും കോഴിക്കോടുനിന്നുതന്നെ ആരംഭിച്ചുഎന്നത് പ്രത്യേകം ശ്രദ്ധേയമാണ്.

3

കുഞ്ഞാലിമരയ്ക്കാർമാർ

ആയിരത്തിയഞ്ഞൂറ്റി ഏഴു മുതൽ 1600 വരെ ഏകദേശം ഒരു നൂറ്റാണ്ടു മുഴുവൻ നാല് കുഞ്ഞാലിമരയ്ക്കാർമാർ പോർച്ചുഗീസ് നാവികപ്പടയെ നേരിട്ടു. 1507 ൽ നാവികസൈന്യാധിപനായ കുഞ്ഞാലി ഒന്നാമനെ സമകാലിക ചരിത്രകാരനായിരുന്ന ശൈയ്ക്ക് സൈനുദ്ദീൻ, കുഞ്ഞാലിമരയ്ക്കാർ എന്നുതന്നെ വിളിക്കുന്നു. എന്നാൽ നാല് കുഞ്ഞാലിമാരുടേയും കാലങ്ങൾ കൃത്യമായി ഇതുവരെ നിർണ്ണയിച്ചിട്ടില്ല.

പോർച്ചുഗീസുകാരുടെ മേധാവിത്വം തകർക്കാൻ കഴിയണമെങ്കിൽ അവരുടെ നാവികശക്തി തകർക്കണമെന്ന വസ്തുത മനസ്സിലാക്കിയ കുഞ്ഞാലി മരയ്ക്കാർമാരുടെ ചരിത്രം നാവികപ്പോരാട്ടത്തിലൂടെ വിദേശ ശക്തിയെ കിടുകിടെ വിറപ്പിച്ച നാവികപ്പടത്തലവന്മാരുടെ ചരിത്രമാണ്. കുഞ്ഞാലിമാരുടെ യുദ്ധക്കളം മലബാറിൽമാത്രം ഒതുങ്ങിയില്ല. ഗുജറാ ത്തിന്റെ തീരപ്രദേശം മുതൽ ശ്രീലങ്കൻതീരം വരെ അത് വ്യാപിച്ചിരുന്നു.

സംഘം കൃതികളിൽ കപ്പലിന് 'മരക്കലം' എന്നും പേരുണ്ട്. 'മര യ്ക്കാർ' എന്നാൽ 'മരക്കലത്തിന്റെ സാരഥി' അഥവാ ക്യാപ്റ്റൻ എന്നാണർത്ഥം. 'മരയ്ക്കാർ' എന്ന വാക്കിന് 'മാർഗ്ഗത്തിൽ ചരിക്കുന്നവൻ' അഥവാ സത്യവിശ്വാസി എന്നും അർത്ഥം കല്പിക്കാം.

വ്യാപാരമെന്ന ആവരണത്തിനുള്ളിൽ ഒളിപ്പിച്ചുവെച്ച അധിനി വേശ താല്പര്യവുമായി കേരള തീരത്തെത്തിയ പോർച്ചുഗീസുകാർക്ക് നേരിടേണ്ടിവന്ന എതിരാളികളായിരുന്നു കോഴിക്കോട് ഭരിച്ചുപോന്ന സാമൂതിരിമാർ. സാമ്രാജ്യത്വത്തിന്റെ ഭീഷണിയെപ്പറ്റി സാമൂതിരിക്കും കൂടുതലൊന്നും അറിയില്ലായിരുന്നു. എങ്കിലും പുത്തൻ വ്യാപാരികളുടെ ഭീഷണിയുടെ സ്വരം തിരിച്ചറിഞ്ഞ അദ്ദേഹം അവരുമായി രമ്യതയിൽ വർത്തിക്കാനല്ല, പോരാടാൻ തന്നെയാണ് നിശ്ചയിച്ചത്. കോഴിക്കോട്ടെ

ഡോ. കെ സി വിജയരാഘവൻ, ഡോ. കെ എം ജയശ്രീ

അറബി വ്യാപാരികളും പ്രഭുക്കന്മാരും സാധാരണക്കാരുമെല്ലാം ഇക്കാര്യ
ത്തിൽ സാമൂതിരിയുടെ പിന്നിൽ അണി നിരന്നു. കേരളത്തിന്റെ വാണിജ്യ
ത്തെ തകർക്കാനും സമുദ്ര വാണിജ്യ മാർഗ്ഗമായ അറബിക്കടൽ അടക്കി
ഭരിക്കാനുമുള്ള പോർച്ചുഗീസു ശ്രമങ്ങൾക്കെതിരെയുണ്ടായ കോഴിക്കോ
ടിന്റെ ശക്തമായ പ്രതിരോധത്തിന്റെ ചുമതല സാമൂതിരിയുടെ നാവിക
സേനാധിപന്മാരായ കുഞ്ഞാലിമരയ്ക്കാർമാർക്കായിരുന്നു. പോർച്ചുഗീസു
കാർക്കെതിരായ യുദ്ധം യഥാർത്ഥത്തിൽ പോർച്ചുഗീസ് – കുഞ്ഞാലി
മരയ്ക്കാർ നാവികയുദ്ധം തന്നെയാണെന്നു പറയാം.

കുഞ്ഞാലിമരയ്ക്കാർമാരുടെ ഉത്ഭവം

കുഞ്ഞാലിമരുടെ ഉത്ഭവത്തെപ്പറ്റി പണ്ഡിതന്മാർ ഭിന്നാഭിപ്രായ
ക്കാരാണ്. ചില പ്രധാന അഭിപ്രായങ്ങൾ താഴെ കൊടുക്കുന്നു.

വില്യം ലോഗൻ : ലോഗന്റെ അഭിപ്രായത്തിൽ കുഞ്ഞാലിമരയ്ക്കാർ
മാർ   പന്തലായനിക്കൊല്ലത്തുകാരാണ്. ഹെൻഡ്രി ഡിമെന്റ്സ് (1524-
26) എന്ന പോർച്ചുഗീസ് മേധാവി മുസ്ലീം കുടിപാർപ്പുകേന്ദ്രവും കച്ചവട
കേന്ദ്രവുമായിരുന്ന പന്തലായനിക്കൊല്ലം നശിപ്പിച്ചപ്പോൾ മരയ്ക്കാർ
കുടുംബം ആദ്യം തിക്കോടിയിലേക്കും പിന്നീട് കോട്ടപ്പുഴ നദീമുഖത്തുള്ള
കോട്ടയ്ക്കലിലേക്കും താമസം മാറ്റുകയായിരുന്നു.

ഒ കെ നമ്പ്യാർ: കുഞ്ഞാലി മരയ്ക്കാർ കൊച്ചിയിലെ കടൽ വ്യാപാ
രിയായിരുന്ന മുഹമ്മദിന്റെ പിന്മുറക്കാരാണ്. പോർച്ചുഗീസുകാരുടെ
ഉപദ്രവം കാരണം ഇവർ കൊച്ചിയിൽ നിന്നും പൊന്നാനിക്ക് താമസം
മാറ്റി. മുഹമ്മദും സഹോദരൻ ഇബ്രാഹിമും കൂടി കോഴിക്കോടു വന്ന്
സാമൂതിരിയെക്കണ്ട് പോർച്ചുഗീസുകാർക്കെതിരെയുള്ള യുദ്ധത്തിൽ
തങ്ങളുടെ എല്ലാ സഹായസഹകരണങ്ങളും വാഗ്ദാനം ചെയ്തു. ഈ
വാഗ്ദാനം സ്വീകരിച്ച സാമൂതിരി 'കുഞ്ഞാലി' എന്ന ബിരുദം മുഹമ്മദിന്
നല്കി. 'കുഞ്ഞാലി' എന്നാൽ 'പ്രിയപ്പെട്ട അലി' എന്നാണർത്ഥം.

കെ വി കൃഷ്ണയ്യർ: മരയ്ക്കാർമാരുടെ മൂലകുടുംബം പൊന്നാനി
യാണ്. ഇവർ അവിടെ നിന്നു പിന്നീട് താനൂർ തുടങ്ങിയ പ്രദേശങ്ങളി
ലേക്ക് വ്യാപിച്ചു. പോർച്ചുഗീസ് അഡ്മിറൽ ഡി അൽമേഡാ പൊന്നാനി
ആക്രമിച്ചപ്പോൾ മരയ്ക്കാർമാർ അകലാപ്പുഴയ്ക്ക് സമീപം താമസമു
റപ്പിച്ചു. മരയ്ക്കാർമാരുടെ ധീരത അംഗീകരിച്ച സാമൂതിരി അവർക്ക്
'കുഞ്ഞാലി' എന്ന ബിരുദവും പട്ടുതലപ്പാവ് ധരിക്കാനുള്ള അവകാശവും
നല്കി. മരയ്ക്കാർമാരുടെ നേതൃത്വത്തിൽ കോഴിക്കോടിന്റെ നാവിക
സേന സംഘടിപ്പിക്കപ്പെട്ടു.

മലബാർ തീരത്ത് താമസമുറപ്പിച്ച അറബിവ്യാപാരികളുടെ
പിന്മുറക്കാരാണ് കുഞ്ഞാലിമരയ്ക്കാർമാർ എന്നും അഭിപ്രായമുണ്ട്.

എ ഡി 1500 മുതൽ 1600വരെ സാമൂതിരിമാരുടെ നാവികപ്പടയുടെ
മുഖ്യ സൈന്യാധിപന്മാരായിരുന്നു കുഞ്ഞാലി മരയ്ക്കാർമാർ.

മരയ്ക്കാർമാർക്ക് സാമൂതിരി പ്രത്യേകമായ കടവും താമസസ്ഥലവും നല്കിയിരുന്നു. 'മരയ്ക്കാംകടവ്', 'മരയ്ക്കാം തൊടിക' എന്നാണ് ഇവ അറിയപ്പെട്ടിരുന്നത്. 'കുഞ്ഞാലി മരയ്ക്കാർ' എന്ന സ്ഥാനപ്പേര് സാമൂതിരിമാർ കല്പിച്ചുകൊടുത്തിരുന്ന ഒരു ബിരുദമാണ്. നാവികപ്പടത്തല വന്മാരായിരുന്ന നാലു കുഞ്ഞാലിമാരുടെ കാലശേഷവും കുഞ്ഞാലി മരയ്ക്കാർ എന്ന സ്ഥാനപ്പേര് നിലവിലുണ്ടായിരുന്നു.

കുഞ്ഞാലിമരയ്ക്കാർ ഒന്നാമൻ
(കുട്ടിആലി മരയ്ക്കാർ) (ഏകദേശം 1524–1539)

കുഞ്ഞാലി ഒന്നാമന്റെ യഥാർത്ഥ പേര് മുഹമ്മദ് കുഞ്ഞാലിമരയ്ക്കാർ എന്നാണെന്നും അതല്ല കുട്ടി അഹമ്മദ് കുഞ്ഞാലി മരയ്ക്കാറാണെന്നും വ്യത്യസ്ത അഭിപ്രായങ്ങളുണ്ട്. ഇദ്ദേഹം അനുയായികൾക്ക് വിദഗ്ദ്ധമായ യുദ്ധപരിശീലനം നല്കുകയും കടൽ യുദ്ധത്തിനായി വേഗതയേറിയ തോണികളും ആയുധങ്ങളും സംഭരിക്കുകയും ചെയ്തു. പോർച്ചുഗീസുകാർക്കെതിരെ സാമൂതിരി ഈജിപ്ത് സുൽത്താന്റെ സഹായം തേടിയിരുന്നു. അതനുസരിച്ച് കുറച്ചു കപ്പലുകൾ സുൽത്താൻ അറബിക്കടലിലേക്കയച്ചിരുന്നു. പോർച്ചുഗീസുകാരുടെ ഇടപെടൽ കാരണം ഈജിപ്തുകാർക്കും കടൽ വഴി ഇന്ത്യൻ സാധനങ്ങൾ കിട്ടാൻ വലിയ ബുദ്ധിമുട്ടായിരുന്നു. സുൽത്താന്റെ കപ്പലുകളും കുഞ്ഞാലി മരയ്ക്കാർ ഒന്നാമന്റെ നേതൃത്വത്തിലുള്ള സാമൂതിരിയുടെ കപ്പലുകളും പോർച്ചുഗീസുകാരോട് യുദ്ധം ചെയ്യാനായി ഗുജറാത്തിനടുത്തെത്തി. പോർച്ചുഗീസു ക്യാപ്റ്റൻ ലോറൻസ് ഡ അൽമേഡ അപകടം മനസ്സി ലാക്കി ഗുജറാത്ത് ഗവർണ്ണറെ സ്വാധീനിച്ച് കപ്പൽപ്പടയാളികൾക്ക് ഭക്ഷണം കൊടുക്കുന്നത് തടഞ്ഞു. അതിനാൽ ഈജിപ്ഷ്യൻ കപ്പലു കൾ പിൻവാങ്ങി. കുഞ്ഞാലി ഒന്നാമന്റെ നേതൃത്വത്തിലുള്ള കപ്പൽപ്പട പോർച്ചുഗീസുകാരോട് യുദ്ധം ചെയ്തു. ആദ്യം വിജയിച്ചത് മരയ്ക്കാർ ആയിരുന്നെങ്കിലും കൂടുതൽ സൈന്യവും കപ്പലുകളും പോർച്ചു ഗീസുകാർ വരുത്തിയതിനാൽ കുഞ്ഞാലി മരയ്ക്കാർ പരാജയപ്പെട്ടു. 1539 ൽ കുഞ്ഞാലി ഒന്നാമൻ ശ്രീലങ്കൻ തീരത്തുള്ള വിതുല എന്ന സ്ഥലത്തുവെച്ച് പോർച്ചുഗീസ് സൈനികമേധാവി മെഗൽ പെരേരയുടെ ആകസ്മികമായ ആക്രമണത്തിൽ വധിക്കപ്പെട്ടു. ഒന്നാം കുഞ്ഞാലിയുടെ വധം കോഴിക്കോടിന്റെ നാവികശക്തിക്ക് ക്ഷീണമേല്പിച്ചില്ല. കുഞ്ഞാലി ഒന്നാമന്റെ പുത്രൻ കുഞ്ഞാലി രണ്ടാമൻ പുതിയ നാവികമേധാവിയായി സ്ഥാനമേറ്റു.

കുഞ്ഞാലി ഒന്നാമന്റെ യുദ്ധ സാമർത്ഥ്യം

ധീരനും തന്ത്രശാലിയുമായ കുഞ്ഞാലി ഒന്നാമന് നേരിട്ടുള്ള യുദ്ധത്തിൽ പോർച്ചുഗീസുകാരെ തോല്പിക്കാനാവില്ലെന്നു മനസ്സിലായി.

അതിനാൽ പോർച്ചുഗീസുകാരെ നേരിടാൻ കടൽ ഗറില്ലായുദ്ധരീതി (ഒളിപ്പോര്)യാണ് അദ്ദേഹം സ്വീകരിച്ചത്. ഭാരമേറിയ പോർച്ചുഗീസ് കപ്പലുകളെ നേരിടാൻ ശരവേഗത്തിൽ പായുന്ന പ്രത്യേകതരം പത്തേ മാരികളാണ് മരയ്ക്കാർ ഉപയോഗിച്ചത്. ഒട്ടെറെ വള്ളങ്ങൾ കുതിച്ചെ ത്തി പോർച്ചുഗീസ് കപ്പലുകളിൽ തീപ്പന്തമെറിഞ്ഞ് മിന്നൽവേഗതയിൽ അപ്രത്യക്ഷമായത് പറങ്കി നാവികവ്യൂഹത്തെ അത്ഭുതപ്പെടുത്തി. ഇത്തരം നൂറുകണക്കിന് ജലവാഹനങ്ങൾ പ്രധാന നദീമുഖങ്ങളിൽ സജ്ജീകരിച്ചിരുന്നു. ചെറിയ വഞ്ചികളായതിനാൽ പോർച്ചുഗീസ് പീരങ്കികൾക്ക് അവയെ നേരിടാൻ പ്രയാസമായിരുന്നു. പോർച്ചുഗീസ് വൈസ്രോയി തന്റെ രാജാവിനോട് ഇങ്ങനെ പരാതിപ്പെട്ടു: "കോഴിക്കോട് നാവികപ്പട അവരുടെ പടവുകൾ (ഒരുതരം ചെറിയ കപ്പൽ)കൊണ്ട് നമ്മെ വല്ലാതെ വിഷമിപ്പിക്കുന്നു. ഏതെങ്കിലും ഭാഗത്തുനിന്ന് നമ്മുടെ ഒരു കപ്പലോ വഞ്ചിയോ വരുന്നതുകണ്ടാൽ അവരുടെ പടവുകൾ തൽക്ഷണം ചാടിവീഴുകയും ചെയ്യുന്നു". ഈ സംവിധാനം കാരണം പല കപ്പലുകളും സുരക്ഷിതമായി സമുദ്രയാത്ര നടത്തുകയും കോഴിക്കോടിന്റെ വ്യാപാരം വർദ്ധിക്കുകയും ചെയ്തു. നേരിട്ടുള്ള ഏറ്റുമുട്ടലിന് പകരം മിന്നലാക്രമണം നടത്തി ഓടിമറയുക (Hit and Run) എന്ന തന്ത്രമാണ് അദ്ദേഹം സ്വീകരിച്ചത്.

'ഹിറ്റ് ആന്റ് റൺ'

കുഞ്ഞാലി ഒന്നാമന്റെ 'തല്ലിയിട്ട് ഓടിക്കളയുന്ന'(അടിച്ചിട്ടോടുക) 'Hit and Run' എന്ന യുദ്ധതന്ത്രം പോർച്ചുഗീസ് കപ്പലുകൾക്ക് കനത്ത നാശം വരുത്തി. ഈ യുദ്ധപാഠം ഇന്ത്യൻ നേവിയുടെ സിലബസിൽ 'കുഞ്ഞാലിതന്ത്രം' (Kunhali Tactics)എന്നറിയപ്പെടുന്നു.

കുഞ്ഞാലിമരയ്ക്കാർ രണ്ടാമൻ (ഏകദേശം 1539 – 1569)

മികച്ച യുദ്ധവീരന്മാരായ കുട്ടിഅഹമ്മദ് മരയ്ക്കാർ, അലി ഇബ്രാ ഹിം മരയ്ക്കാർ, പാച്ചാച്ചി മരയ്ക്കാർ, ഹസ്സൻ മരയ്ക്കാർ, കുട്ടിപ്പോ ക്കർ, കുട്ടിമൂസ്സ തുടങ്ങിയവരായിരുന്നു കുഞ്ഞാലി രണ്ടാമന്റെ പ്രധാന സഹായികൾ.

കുഞ്ഞാലിമരയ്ക്കാർ രണ്ടാമൻ പോർച്ചുഗീസ് അധിനിവേശ പ്രദേശങ്ങളിലേക്ക് പ്രത്യേകിച്ച് പൂർവ്വ തീരത്തേക്കും സിലോണിലേക്കും, ആക്രമണം വ്യാപിപ്പിച്ചതിനാൽ പോർച്ചുഗീസുകാരുടെ വ്യാപാരം നഷ്ട ത്തിലായി. പുതിയ പോർച്ചുഗീസ് ഗവർണ്ണറായി കേരളത്തിലെത്തിയ നുനോ ഡ കുൻഹ സാമൂതിരിയുടെ അനുവാദത്തോടെ ചാലിയത്ത് ഒരു കോട്ട പണികഴിപ്പിച്ചു. ചാലിയംകോട്ട മർമ്മപ്രധാനമായ ഒരു സ്ഥലത്താണ് സ്ഥിതിചെയ്തിരുന്നത്. 'സാമൂതിരിയുടെ തൊണ്ടയിലേക്ക് ചേർത്തുപിടിച്ചിരുന്ന ഒരു തോക്കുപോലെയായിരുന്നു ചാലിയംകോട്ട'. അറേബ്യയും കോഴിക്കോടുമായുള്ള വാണിജ്യം തടസ്സപ്പെടുത്താൻ

ചാലിയം കൈവശപ്പെടുത്തിയതോടെ പോർച്ചുഗീസുകാർക്ക് കഴിഞ്ഞു. കുഞ്ഞാലി രണ്ടാമൻ പോർച്ചുഗീസുകാർക്ക് ഒരു പേടിസ്വപ്നമായിരുന്നു. ഒരു വർഷം കൊണ്ട് അമ്പത് പോർച്ചുഗീസ് കപ്പലുകൾ അദ്ദേഹം പിടിച്ചെടുത്തു. സാമൂതിരി കാംബേയിലെ രാജാവുമായി കരാർ ഉണ്ടാക്കി. തുർക്കി സാമ്രാജ്യത്തിന്റെ സഹായവും അദ്ദേഹം തേടി. തുർക്കി ഗവർണ്ണറായ സുലൈമാൻ പാഷ, കപ്പൽ വ്യൂഹത്തോടെ ഗുജറാത്ത് തീരത്ത് എത്തിച്ചേർന്നെങ്കിലും പോർച്ചുഗീസുകാരുമായി ഒരു നിർണ്ണായക യുദ്ധത്തിന് ഒരുങ്ങാതെ തിരിച്ചുപോയി. ഇതു സാമൂതിരിക്കേറ്റ പ്രഹരമായിരുന്നു. സാമ്പത്തിക നില മോശമായതിനാൽ സാമൂതിരി പൊന്നാനിയിൽ വെച്ച് 1540 ൽ പോർച്ചുഗീസുകാരുമായി സമാധാന സന്ധിയിലേർപ്പെട്ടു. ഇതനുസരിച്ച് കോഴിക്കോടിന്റെ വാണിജ്യക്കുത്തക പോർച്ചുഗീസുകാർക്ക് ലഭിച്ചു. എന്നാൽ പൊന്നാനി സന്ധി താല്ക്കാലികമായിരുന്നു. കൊച്ചിയും വടക്കംകൂർ രാജാവുമായി യുദ്ധം ഉണ്ടായി. ഇതിൽ വടക്കംകൂർ രാജാവ് കൊല്ലപ്പെട്ടു. തന്റെ സുഹൃത്തായ വടക്കംകൂർ രാജാവിന്റെ മരണത്തിന് പകരം ചോദിക്കാൻ സാമൂതിരി കൊച്ചി ആക്രമിച്ചു. ഇതിനുപകരമായി പോർച്ചുഗീസുകാർ പന്തലായനിക്കൊല്ലം ആക്രമിച്ച് കടകളും വീടുകളും നശിപ്പിക്കുകയും ജനങ്ങളെ വധിക്കുകയും ചെയ്തു. പോർച്ചുഗീസുകാരുടെ സഹായിയായിരുന്ന വിജയനഗര രാജാവ് 1565ലെ തളിക്കോട്ട യുദ്ധത്തിൽ പരാജയപ്പെട്ടത് പോർച്ചുഗീസുകാർക്കെതിരെ പടയൊരുക്കം നടത്താൻ സാമൂതിരിക്ക് ധൈര്യം നല്കി. കുഞ്ഞാലി മരയ്ക്കാർ രണ്ടാമൻ നാവികസൈന്യത്തെ ശക്തിപ്പെടുത്തുകയും പോർച്ചുഗീസുകാരെ വെല്ലുവിളിച്ച് നാവിക യുദ്ധത്തിൽ തോല്പിക്കുകയും ചെയ്തു. പരാജിതരെ വധിക്കാതെ വിട്ടയച്ച വിശാലമനസ്ക്കനായിരുന്നു കുഞ്ഞാലി രണ്ടാമൻ.

കടലിലെ ഒളിപ്പോരാളികൾ

കടലിൽ ഗറില്ലായുദ്ധരീതി വിജയകരമായി പരീക്ഷിച്ച നാവിക സേനാനിമാരാണ് കുഞ്ഞാലിമരയ്ക്കാർമാർ. കരയിലെ ഗറില്ലായുദ്ധ രീതി ഭൂമിശാസ്ത്രപരമായി ഒളിസങ്കേതങ്ങൾ ഒരുക്കുന്ന ഭൂപ്രദേശങ്ങളിൽ പണ്ടുമുതൽ ഉണ്ടായിരുന്നു. എന്നാൽ കടൽ ഗറില്ലായുദ്ധ രീതി പ്രചാരത്തിലുണ്ടായിരുന്നില്ല. മലബാർ തീരത്തെ നദീമുഖങ്ങളും അറബിക്കടലും പാറക്കൂട്ടങ്ങളും തന്ത്രപരമായി ഉപയോഗപ്പെടുത്തിക്കൊണ്ട് പോർച്ചുഗീസു കപ്പലുകളെ അപ്രതീക്ഷിതമായി കടന്നാക്രമിക്കുക എന്ന തന്ത്രം കുഞ്ഞാലിമാരുടെ വിജയ രഹസ്യത്തിന്റെ താക്കോലായിരുന്നു. പോർച്ചുഗീസുകാരുടെ ആയുധങ്ങളും യുദ്ധമുറകളും കപ്പൽ വ്യൂഹവും പരിചയസമ്പന്നരായ ക്യാപ്റ്റന്മാരും, കുഞ്ഞാലിമാരുടെ പുതിയ യുദ്ധതന്ത്രത്തിന്റെ മുന്നിൽ പകച്ചുനിന്ന പല സന്ദർഭങ്ങളുമുണ്ട്. കടലിലെ രഹസ്യ സംവിധാനങ്ങൾ, ഒളിസങ്കേതങ്ങളും സിഗ്നലുകളും

ഉൾപ്പെടെ കുഞ്ഞാലിമാർക്കും അവരുടെ നാവികപ്പടയ്ക്കുമല്ലാതെ പോർച്ചുഗീസുകാർക്ക് മനസ്സിലാക്കാൻ സാദ്ധ്യമല്ലായിരുന്നു. കടലിന്റെയും നദികളുടെയും തീരത്തിന്റെയും തനതായ പ്രത്യേകത തദ്ദേശീയർക്കറിയുന്നതുപോലെ വിദേശികൾക്ക് പരിചയവുമില്ലായിരുന്നു. തദ്ദേശീയമായ സാങ്കേതിക വിദ്യയും യുദ്ധമുറകളും, ദേശസ്നേഹ ത്തിന്റെയും പ്രതിരോധത്തിന്റെയും പ്രത്യാക്രമണത്തിന്റെയും മൂശയിൽ ഉരുക്കിച്ചേർത്ത് സമർത്ഥമായി ശത്രുവിന് നേരെ പ്രയോഗിച്ചു എന്നതാണ് കുഞ്ഞാലിമാരുടെ സവിശേഷത. ചേറ്റുവായിൽ നടന്ന യുദ്ധത്തിൽ കുഞ്ഞാലി രണ്ടാമൻ പോർച്ചുഗീസുകാരുടെ കപ്പലുകൾ നശിപ്പിച്ചതും ഇതേ തന്ത്രം ഉപയോഗപ്പെടുത്തിയാണ്.

കുഞ്ഞാലിമരയ്ക്കാർ മൂന്നാമൻ (ഏകദേശം 1569–1595)

പടെമരയ്ക്കാർ (പടമരയ്ക്കാർ, പട്ടുമരയ്ക്കാർ, പാത്തുമരയ്ക്കാർ) എന്ന പേരിൽ പ്രസിദ്ധനായ ഈ നാവികപ്പോരാളി ചാലിയം കോട്ട കീഴ ടക്കുന്നതിൽ മുഖ്യ പങ്കുവഹിച്ചു. ഇദ്ദേഹത്തിന് കുഞ്ഞാലി മൂന്നാമൻ എന്ന് പദവി സാമൂതിരി നല്കി. പോർച്ചുഗീസുകാരോട് നേരിട്ടു യുദ്ധം ചെയ്യാതെ നിരന്തരം ആക്രമിച്ചു തുരത്തുക എന്ന തന്ത്രമാണ് കുഞ്ഞാലി മൂന്നാമൻ സ്വീകരിച്ചത്.

ചാലിയം കോട്ടയുടെ പതനം

1570 ൽ സാമൂതിരി, ബീജാപ്പൂർ സുൽത്താൻ അദിൽഷായുമായും അഹമ്മദ് നഗറിലെ നൈസാം ഷായുമായും പോർച്ചുഗീസുകാർക്കെതിരെ സഖ്യം സ്ഥാപിച്ചു. പോർച്ചുഗീസുകാർക്കെതിരെ ഒരു യോജിച്ച മുന്നേറ്റ ത്തിനാണ് ത്രികക്ഷിസഖ്യം തീരുമാനമെടുത്തത്. പോർച്ചുഗീസുകാരുടെ പശ്ചിമ തീരത്തെ ശക്തികേന്ദ്രങ്ങളായ ഗോവ, ചൗൾ, ചാലിയം എന്നിവ ഒരേ സമയം അഡിൽഷാ, നൈസാം ഷാ, സാമൂതിരി എന്നിവർ യഥാക്രമം ആക്രമിക്കണമെന്നു തീരുമാനിക്കപ്പെട്ടു. ഗോവ, ചൗൾ ആക്രമണങ്ങൾ പരാജയപ്പെട്ടെങ്കിലും ചാലിയം ആക്രമണം പൂർണ്ണവിജയമായിരുന്നു.

ചാലിയം കോട്ട തന്റെ ഉറക്കം കെടുത്തുന്ന ഒരു ദു:സ്വപ്നമായി തുടർന്നത് സാമൂതിരിയെ അസ്വസ്ഥനാക്കി. കുഞ്ഞാലിമരയ്ക്കാരുടെ സഹായത്തോടെ കാലാൾപ്പടയും കൂടിച്ചേർന്ന് ചാലിയം കോട്ട ഉപരോ ധിച്ച് നശിപ്പിച്ചാലല്ലാതെ പോർച്ചുഗീസുഭീഷണി അവസാനിപ്പിക്കാനാ വില്ലെന്ന് സാമൂതിരിക്ക് ബോദ്ധ്യമായി. 1571 ൽ സാമൂതിരിയുടെ കാലാൾപ്പടയും കുഞ്ഞാലി നേതൃത്വം നല്കുന്ന നാവികപ്പടയും ചാലിയം കോട്ട ഉപരോധിച്ചു. പോർച്ചുഗീസ് കപ്പലുകൾ ചാലിയം കോട്ടയ്ക്കുള്ളിലെ പോർച്ചുഗീസുകാർക്ക് ഭക്ഷണ സാധനങ്ങളുമായി എത്തിയപ്പോൾ കുഞ്ഞാലിമരയ്ക്കാരുടെ കപ്പൽസൈന്യം തടഞ്ഞു നിർത്തി. ചാലിയം കോട്ട കൈവശപ്പെടുത്തിയ സാമൂതിരിയുടെ സൈന്യം, കോട്ട കല്ലിന്മേൽ കല്ല് അവേശഷിക്കാതെ നിശ്ശേഷം

തകർത്തു. ചാലിയം കോട്ടയുടെ തകർച്ച കേരളത്തിലെ പോർച്ചുഗീസ് മേധാവിത്വത്തിന് ക്ഷീണമേല്പിച്ചു. എന്നാൽ കണ്ണൂർ, കൊച്ചി, കൊല്ലം, പുറക്കാട് എന്നിവിടങ്ങളിൽ പോർച്ചുഗീസുകാർക്ക് ശക്തിയുണ്ടായിരുന്നു.

ചാലിയം കോട്ട തകർക്കാൻ സാമൂതിരിയെ സഹായിച്ച പടമര യ്ക്കാർ (പോരാളിയായ നാവിക മേധാവി)ക്ക് ഒരു നായർ സേനാനായ കനുള്ള അധികാരാവകാശങ്ങൾ സാമൂതിരി നല്കി. ചാലിയം കോട്ടയുടെ പതനം കോഴിക്കോട് തീരത്ത് പോർച്ചുഗീസുകാരുടെ പതനത്തിന്റെ ആരംഭമായിരുന്നു. ഈ ഘട്ടത്തിലും തീരദേശങ്ങളെ ആക്രമിക്കുന്നതും സാമൂതിരിയുടെ പ്രജകളെ കൊല്ലുന്നതും പോർച്ചുഗീസുകാർ നിർത്തിയില്ല.

നാവികരംഗത്ത് സ്വാശ്രയത്വം കൈവരിച്ചാൽ മാത്രമെ പോർച്ചുഗീസ് ശക്തിയെ തോല്പിക്കാൻ കഴിയുകയുള്ളൂ എന്ന വസ്തുത സാമൂതി രിയെ ബോധ്യപ്പെടുത്തി എന്നതാണ് കുഞ്ഞാലി മൂന്നാമന്റെ ഏറ്റവും വലിയ മഹത്ത്വം. കുഞ്ഞാലി രണ്ടാമന്റെ കാലത്ത് പോർച്ചുഗീസ് ശക്തി യെ നേരിടാനായി ഈജിപ്ഷ്യൻ കപ്പൽപ്പടയുടെ സഹായം സാമൂതിരി പ്രതീക്ഷിച്ചിരുന്നെങ്കിലും അത് ലഭിച്ചില്ല. ഈ അനുഭവത്തിന്റെ വെളിച്ചത്തിലാണ് മൂന്നാം കുഞ്ഞാലി, പ്രതിരോധരംഗത്ത് വിദേശ ശക്തി യെ ആശ്രയിക്കരുത് എന്ന പാഠം പഠിച്ചത്.

1584 ൽ സാമൂതിരിയും പോർച്ചുഗീസുകാരുമായി ഉണ്ടായ സമാധാന ഉടമ്പടി പ്രകാരം പോർച്ചുഗീസുകാർക്ക് പൊന്നാനിയിൽ ഒരു ഫാക്ടറി പണിയാനുള്ള അനുവാദം ലഭിച്ചു. പൊന്നാനിയിൽ കോട്ടപണിയാൻ അനുവാദം നല്കിയ സംഭവം കുഞ്ഞാലിയെ വേദനിപ്പിച്ചു. ഇത്തരമൊരു കോട്ട പണിതാലുണ്ടാവുന്ന ഭവിഷ്യത്തുകൾ കുഞ്ഞാലിമരയ്ക്കാർ സാമൂതിരിയെ ബോധ്യപ്പെടുത്തിയിരുന്നു. മരയ്ക്കാരുടെ നാവിക തന്ത്രം മുഴുവൻ പോർച്ചുഗീസുകാർക്ക് മനസ്സിലാക്കാൻ പോർച്ചുഗീസുകാരുടെ പൊന്നാനിക്കോട്ട ഇട നല്കുമെന്ന വസ്തുതയും കുഞ്ഞാലി മൂന്നാമൻ മുൻകൂട്ടിക്കണ്ടിരുന്നു. കുഞ്ഞാലിമരയ്ക്കാരുടെ വാക്കുകൾ അവഗ ണിച്ചുകൊണ്ടാണ് സാമൂതിരി പൊന്നാനിയിൽ കോട്ട പണിയാൻ പോർച്ചുഗീസുകാരെ അനുവദിച്ചത്. ഈ തീരുമാനത്തെ എതിർത്ത മൂന്നാം കുഞ്ഞാലിയെ തൃപ്തിപ്പെടുത്താൻ കോഴിക്കോടിന് വടക്ക് കോട്ട പ്പുഴയുടെ തീരത്ത് (കുറ്റ്യാടിപ്പുഴ) കോട്ടയ്ക്കലിൽ ഒരു കോട്ട പണിയാൻ കുഞ്ഞാലിക്ക് സാമൂതിരി അനുവാദം നല്കി. പൊന്നാനിയിൽ പോർച്ചു ഗീസു കോട്ട കെട്ടുന്നതിനുമുമ്പു തന്നെ കുഞ്ഞാലി മരയ്ക്കാർ മൂന്നാമൻ, കോട്ടപ്പുഴ കടലിൽ ചേരുന്ന അഴിമുഖത്തിനടുത്ത് തന്റെ കോട്ട കെട്ടി. പൊന്നാനിയിലെ പോർച്ചുഗീസ് കോട്ടയ്ക്കുള്ള ഒരു മറുപടിയായിരുന്നു മരയ്ക്കാരുടെ കോട്ട. ബുദ്ധിമാനും ദീർഘദർശിയുമായ കുഞ്ഞാലി ഭാവിയിലുണ്ടാകാനിടയുള്ള ഭവിഷ്യത്തുകൾ മുൻകൂട്ടിക്കണ്ട് തന്നാ ലാവുന്ന വിധം മുൻകരുതലെടുക്കുകയായിരുന്നു. മരയ്ക്കാർ കോട്ടയ്ക്ക് സമീപമായി പുതുപട്ടണം എന്ന പേരിൽ ഒരു പട്ടണവും വളർന്നുവന്നു.

ഡോ. കെ സി വിജയരാഘവൻ, ഡോ. കെ എം ജയശ്രീ

കോട്ടപണികഴിപ്പിച്ച് രണ്ട് വർഷം കഴിഞ്ഞപ്പോൾ പടെ മരയ്ക്കാർ അന്ത രിച്ചു. ഊർജ്ജസ്വലനായ ഈ പോരാളി മരണംവരെ തോല്‍വി എന്തെന്ന റിഞ്ഞിരുന്നില്ല. ധീരനായ പോരാളിയും അതേ സമയം ദയാലുവുമായിരു ന്നു അദ്ദേഹം. പടയിൽ തോല്‍വി എന്തെന്നറിയാത്ത സേനാനി എന്ന അർത്ഥത്തിലാവാം അദ്ദേഹത്തിന് 'പടെമരയ്ക്കാർ' എന്ന പേരു സിദ്ധിച്ചത്. തന്റെ കുടുംബം തലമുറകളായി കോഴിക്കോട് രാജാവിനും രാജ്യത്തിനും നല്‍കിവന്ന സേവനങ്ങളെക്കുറിച്ചഭിമാനിച്ചും രാജ്യത്തിന്റെ ഭാവിയെക്കുറിച്ചു ചിന്തിച്ചും ഹൃദയ വേദനയോടെയാണ് കുഞ്ഞാലി അന്തരിച്ചത്.

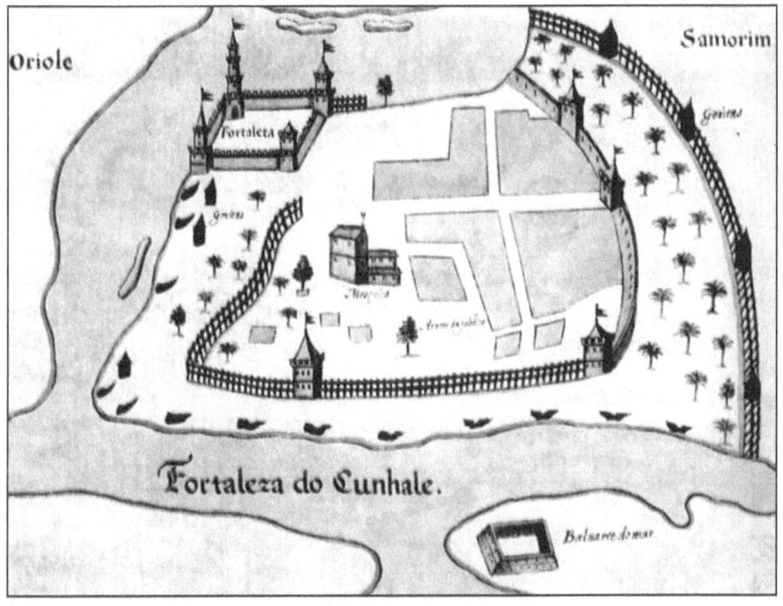

ഇരിങ്ങലിലെ കുഞ്ഞാലിമരയ്ക്കാർ കോട്ടയുടെ രൂപരേഖ

കോട്ടയ്ക്കൽ കോട്ട

ഇരിങ്ങൽപ്പാറയ്ക്ക് പടിഞ്ഞാറുള്ള സ്ഥലമാണ് കുഞ്ഞാലി മൂന്നാമൻ കോട്ട കെട്ടാൻ തെരഞ്ഞെടുത്തത്. കോട്ടയുടെ കിഴക്കുഭാഗത്ത് ഇരിങ്ങൽപ്പാറയും പടിഞ്ഞാറ് വെള്ളിയാങ്കല്ല് തുരുത്തുമായിരുന്നു. കോട്ട നിർമ്മിക്കാനുള്ള ധനം മുഴുവൻ സാമൂതിരി നല്‍കി. തുർക്കി, ഈജിപ്ത് തുടങ്ങിയ വിദൂരരാജ്യങ്ങളിൽ നിന്നുള്ള വിദഗ്ധന്മാർ കോട്ട നിർമ്മാണ ത്തിൽ സഹായിച്ചു. മുഗൾ കൊട്ടാരത്തിൽ നിന്നുപോലും ശില്‍പികൾ വന്നുവത്രേ.

ഡോ. കെ സി വിജയരാഘവൻ, ഡോ. കെ എം ജയശ്രീ

വെള്ളിയാങ്കല്ല് ഒരു ദൂരക്കാഴ്ച

പിറാർഡ് ഡി ലാവൽ എന്ന ഫ്രഞ്ചുസഞ്ചാരി കോട്ടയ്ക്കലിലെ കോട്ട സന്ദർശിച്ച ശേഷം ഇങ്ങനെ രേഖപ്പെടുത്തി:

മരയ്ക്കാർമാരുടെ കോട്ട നവീന മാതൃകയിലുള്ളതായിരുന്നു. കുമ്മായവും മണ്ണും ചേർത്ത് ഉറപ്പുള്ള ഭിത്തികളോടുകൂടി ഉണ്ടാ ക്കിയ ഈ കോട്ടയിൽ ശുദ്ധജല വിതരണത്തിനുള്ള സംവിധാ നവുമുണ്ടായിരുന്നു. പ്രധാന കോട്ടയ്ക്കപ്പുറത്ത് നദീമുഖത്ത് മറ്റു രണ്ടു ചെറിയ കോട്ടകളും നിർമ്മിച്ചിരുന്നു. ഇതിന്റെ മറവിൽ കപ്പലുകൾക്ക് ആക്രമണത്തിന് ഇരയാകാതെ സുരക്ഷിതമായി നിലകൊള്ളാം. കോട്ടയുടെ ചുമരുകളിൽ കുഞ്ഞാലിമരയ്ക്കാര മാരുടെ വീരസാഹസിക കൃത്യങ്ങൾ ചിത്രീകരിക്കുന്ന ചിത്രങ്ങൾ വരച്ചിരുന്നു.

കോട്ടയ്ക്കൽ കോട്ടയെപ്പറ്റി വില്യംലോഗൻ

1887ൽ കോട്ടയ്ക്കൽ കോട്ടയെപ്പറ്റി വില്യംലോഗൻ ഇങ്ങനെ രേഖ പ്പെടുത്തുന്നു:

കുഞ്ഞാലിമരയ്ക്കാർമാരുടെ കോട്ടയുടെ ചില അവശിഷ്ടങ്ങൾ ഇപ്പോഴും കാണാം. കോട്ടപ്പുഴയുടെ അഴിമുഖത്തുനിന്ന് പുഴയുടെ ഒരു കൈവഴി പോലെ വടക്കോട്ടുതുടർന്ന് സംക്രമിച്ച് കിടക്കുന്ന മണൽത്തിട്ടിന്റെ വടക്കെ അറ്റത്തുസ്ഥിതിചെയ്ത കോട്ട, പുഴയുടെയും അഴിമുഖത്ത് കിടക്കുന്ന കപ്പലുകളുടെയും പൂർണ്ണ മായ നിയന്ത്രണം കയ്യാളിയിരുന്നു. വടക്കും കിഴക്കും വെള്ള ത്താൽ ചുറ്റപ്പെട്ടും പടിഞ്ഞാറ് ചതുപ്പും ഉപ്പുപാടവും കൊണ്ട് വലയം ചെയ്തും കിടക്കുന്ന കോട്ടയെ പീരങ്കി വെടികൾക്കും ഭേദിക്കാനാവില്ല. തെക്കുഭാഗത്തെ ഇടുങ്ങിയ കരയിലുയർത്തിയ കാവൽപ്പുരകളിൽ നിന്ന് പുഴവഴിയും കടൽവഴിയുമുള്ള ശത്രുവിന്റെ നീക്കങ്ങൾ മുൻകൂട്ടി കണ്ടറിയാം. കോലത്തുനാടിന്റെ തെക്കെളംകൂർ ആസ്ഥാനമാക്കിയിരുന്ന പുതുപ്പട്ടണത്തിന് നേരെ

അഭിമുഖമായാണ് കോട്ടയുടെ കിടപ്പ്. കോട്ടയ്ക്കൽ കുഞ്ഞാലി മരയ്ക്കാരുടെ പിൻതലമുറ കുടുംബം ഇക്കാലത്തും (1885) അവിടെ താമസിക്കുന്നു. ആദ്യത്തെ കുഞ്ഞാലിമരയ്ക്കാരുടെയും മര യ്ക്കാർ കുടുംബത്തിന്റെ കുലകുടസ്ഥന്റെ ഉമ്മയുടെയും ശവക്കല്ലറകൾ സ്ഥലത്തെ പള്ളിമുറ്റത്ത് കാണാം."

പടെമരയ്ക്കാരുടെ ദീർഘവീക്ഷണം

എ ഡി 1594 ൽ പടെമരയ്ക്കാർ പന്തലായനിയിൽ വെച്ച് പോർച്ചുഗീസുകാരെ തോല്പിച്ചു. വിജയം ആഘോഷിക്കാൻ നാട്ടുകാർ സംഘടിപ്പിച്ച സ്വീകരണത്തിനുവേണ്ടി കപ്പലിറങ്ങി വരുമ്പോൾ വഴുതിവീണ് പരിക്കുപറ്റിയാണ് ധീരനായ ആ നാവിക പടത്തലവൻ ചരമം പ്രാപിച്ചത്. മരിക്കുന്നതിനുമുമ്പ് തന്റെ പ്രിയപ്പെട്ട മരയ്ക്കാരെ കാണാൻ സാമൂതിരി കോട്ടയ്ക്കൽ കോട്ടയിലെത്തിയിരുന്നു. വികാര ഭരിതമായ ആ കൂടിക്കാഴ്ചയിൽ പടെ മരയ്ക്കാർ ഇങ്ങനെ പറഞ്ഞതായി കെ പി കേശവമേനോൻ രേഖപ്പെടുത്തുന്നു:

"നമ്മുടെ വിജയത്തിനുള്ള കാരണം പടക്കോപ്പുകളും യുദ്ധസാമർ ത്ഥ്യവും മാത്രമല്ല, നമ്മുടെ ഐക്യവും യോജിപ്പുമാണ്. നാട്ടിന്റെ ക്ഷേമം മാത്രമേ ശത്രുവിനെ നേരിടുമ്പോൾ നാം ഓർത്തിരുന്നുള്ളൂ. അതാണ് യുദ്ധം ജയിച്ചത്. അത് നിലനിർത്തണം" (അവലംബം: *കോഴിക്കോട്ടെ മുസ്ലീംങ്ങളുടെ ചരിത്രം, പി പി മമ്മദ് കോയ, പരപ്പിൽ*).

തന്റെ മരണമടുത്തു എന്ന് ബോദ്ധ്യമായ മരയ്ക്കാരെ ആശ്വസിപ്പിച്ചു കൊണ്ടും തന്റെ എല്ലാമെല്ലാമായ സൈന്യാധിപന്റെ ദീർഘായുസ്സിന് വേണ്ടി ദൈവത്തോട് ഉള്ളുരുകി പ്രാർത്ഥിച്ചു കൊണ്ടുമാണ് സാമൂതിരി യാത്ര പറഞ്ഞത്.

പടെമരയ്ക്കാരുടെ വാക്കുകൾ യുദ്ധസാമർത്ഥ്യത്തിനും പടക്കോ പ്പുകൾക്കും ഉപരിയായി യുദ്ധം ജയിക്കാൻ ഏറ്റവും ആവശ്യം ഐക്യ വും യോജിപ്പുമാണെന്ന സത്യം വിളംബരം ചെയ്യുന്നു. വിദേശികളുടെ അധിനിവേശത്തെ ചെറുക്കാനും ഇവയാണാവശ്യം എന്ന വസ്തുത യിലേക്ക് ഈ താക്കീത് വിരൽ ചൂണ്ടുന്നു. ആധുനിക സ്വാതന്ത്ര്യ സമര ങ്ങളും ജനകീയ വിപ്ലവങ്ങളും വിജയിച്ചിട്ടുള്ളത് ആയുധത്തിന്റെ ബല ത്തേക്കാളുപരി ജനങ്ങളുടെ ഐക്യവും യോജിപ്പുംകൊണ്ടാണ്. ഈ യോജിപ്പിനും ഐക്യത്തിനും എന്ന് വിള്ളൽ വീഴുന്നുവോ അന്നു മുതൽ രാജ്യം പരാജയത്തിന്റെ കയ്പ്നീർ കുടിക്കാൻ തുടങ്ങുന്നു എന്നതാണ് യാഥാർത്ഥ്യം. പില്ക്കാല സംഭവങ്ങൾ പടെമരയ്ക്കാരുടെ നിരീക്ഷണം അതേപടി ശരിവെക്കുന്നവയാണെന്ന് ചരിത്രം സാക്ഷ്യപ്പെടുത്തുന്നു.

ദീർഘദർശിയായ കുഞ്ഞാലി മൂന്നാമന്റെ അവസാനവാക്കുകൾക്ക് നാട്ടിലെ പ്രശ്നങ്ങൾ തീർക്കാൻ വിദേശ ശക്തികളെ കൂട്ടുപിടിക്കരുത് എന്ന ധ്വനിയും ഉണ്ടായിരുന്നു. ഈ താക്കീത് വേണ്ട രീതിയിൽ ഉൾക്കൊ

ള്ളാൻ കഴിയാത്തതാണ് കുഞ്ഞാലി നാലാമന്റെ രക്തസാക്ഷിത്വത്തിന് കാരണമായത്. നാട്ടിലെ പ്രശ്നങ്ങൾ തീർക്കാൻ പോർച്ചുഗീസുകാരെ കൂട്ടുപിടിച്ചത് കോഴിക്കോടിന്റെയും കേരളത്തിന്റെയും നാശത്തിനുകാരണമായി. കുഞ്ഞാലിയും സാമൂതിരിയും തമ്മിലുള്ള ആഭ്യന്തര പ്രശ്നത്തിൽനിന്ന് പരമാവധി മുതലെടുത്തത് പോർച്ചുഗീസു ശക്തിയാണെന്നും അതിനു ഇരകളായത് സ്വദേശിയരാണെന്നും ഏറെ വൈകിയാണ് സാമൂതിരിയും ജനങ്ങളും മനസ്സിലാക്കിയത്. അതുകൊണ്ടുതന്നെ കുഞ്ഞാലിമരയ്ക്കാർ നാലാമന്റെ ദാരുണ അന്ത്യത്തിന്റെ ഉത്തരവാദിത്വം പോർച്ചുഗീസുകാർക്കാണെന്ന് കുഞ്ഞാലിയുടെ അനുയായികളും ബന്ധുക്കളും നാട്ടുകാരും തിരിച്ചറിഞ്ഞു.

ഈ അനുഭവത്തിൽ നിന്നും പാഠം പഠിക്കാതെ പില്ക്കാലത്ത് ഇംഗ്ലീഷ് ഈസ്റ്റിന്ത്യാകമ്പനി ഒരുക്കിയ കെണിയിൽ അനൈക്യത്തിൽ കഴിയുന്ന നാട്ടുരാജ്യങ്ങൾ ചെന്നു ചാടിയതുകൊണ്ടാണ് ബ്രിട്ടീഷു സാമ്രാജ്യത്വത്തിന് എളുപ്പത്തിൽ ഇന്ത്യ കീഴടക്കാൻ കഴിഞ്ഞത്.

എല്ലാറ്റിനുമുപരി ഐക്യവും യോജിപ്പുമാണ് രാജ്യത്തിന്റെ ക്ഷേമത്തിനും സുരക്ഷിതത്വത്തിനും ഭദ്രതയ്ക്കും അടിസ്ഥാനമെന്ന വസ്തുത-പണ്ടൊരിക്കൽ കുഞ്ഞാലി മൂന്നാമൻ നല്കിയ സന്ദേശത്തിന്റെ കാതൽ – നൂറ്റാണ്ടുകൾക്കിപ്പുറം ഇന്നും അതേപോലെ പ്രസക്തമാണെന്ന വസ്തുത ഓരോ ഇന്ത്യക്കാരനും മനസ്സിലാക്കി ഉണർന്നു പ്രവർത്തിക്കേണ്ടിയിരിക്കുന്നു.

പീരങ്കിയുടെ ചരിത്രം

പോർച്ചുഗീസുകാരുമായുള്ള യുദ്ധത്തിൽ കോഴിക്കോടിന്റെ ദൗർബല്യം പടക്കോപ്പുകളുടെ കാര്യത്തിലായിരുന്നു. അതിനാൽ കടലിൽ സാമൂതിരി സൈന്യത്തിന് വിജയിക്കാൻ കഴിഞ്ഞില്ല. ആദ്യകാലത്ത് സാമൂതിരിസൈന്യത്തിന് പോർച്ചുഗീസു ശക്തിയുടെ മികച്ച പീരങ്കികൾ വൻ ഭീഷണിയുയർത്തിയിരുന്നു. മികച്ച പീരങ്കി നിർമാണവിദ്യയും വെടിമരുന്നും കേരളീയർക്ക് വശമില്ലായിരുന്നു. ഈ കുറവ് പരിഹരിച്ച് പീരങ്കികളുടെ സഹായത്തോടെ പറങ്കിപ്പടയെ വിരട്ടാൻ സാമൂതിരി മറ്റു രാജ്യങ്ങളിൽ നിന്ന് സഹായം തേടാൻ തീരുമാനിച്ചു. അതിനിടയിൽ

ഇരിങ്ങൽ പ്രദേശത്തുനിന്നും ലഭിച്ച കരിങ്കല്ലിൽ നിർമ്മിച്ച പീരങ്കിയുണ്ടകൾ

അപ്രതീക്ഷിതമായ ഒരു സംഭവം നടന്നു. മികച്ച പീരങ്കിയും വെടിമ രുന്നും നിർമിക്കുന്നതിൽ വിദഗ്ധരായ രണ്ട് മിലാൻകാർ- ജോൺ മാറിയ, പീറ്റർ ആന്റണി- എന്നിവർ കൊച്ചിയിലെ പോർച്ചുഗീസ് ക്യാമ്പിൽ നിന്നും പിണങ്ങി സാമൂതിരിയുടെ ക്യാമ്പിലെത്തി (രത്നക്കല്ലുകൾ വാങ്ങാൻ ഇന്ത്യയിലേക്ക് പോർച്ചുഗീസ് രാജാവിന്റെ ലൈസൻസുമായി വന്ന കരുവാന്മാരായിരുന്നു ഇവർ). സന്തുഷ്ടനായ സാമൂതിരി അവരോട് പീരങ്കി നിർമ്മാണവിദ്യ തന്റെ പ്രജകളെ അഭ്യസിപ്പിക്കുവാൻ ആവശ്യ പ്പെട്ടു. അവർ ഒന്നാന്തരം പീരങ്കികൾ സാമൂതിരിക്ക് നിർമ്മിച്ചു കൊടുത്തു. സാമൂതിരിയുടെ പ്രജകളെ യൂറോപ്യൻ രീതിയിലുള്ള പീരങ്കി നിർമ്മാണ വിദ്യയും അതിന്റെ പ്രവർത്തന രീതിയുമെല്ലാം അവർ പരിശീലിപ്പിച്ചു. ഇതോടെ സാമൂതിരിക്ക് മികച്ച പീരങ്കി സ്വന്തമാക്കാനും കോലത്തിരി ഉൾപ്പെടെയുള്ള രാജാക്കന്മാർക്കുപോലും അവ നല്കാനും കഴിഞ്ഞു. കുഞ്ഞാലി മരയ്ക്കാർ മൂന്നാമന്റെ കാലംമുതലാണ് പീരങ്കിയുടെ നിർമ്മാണവും ഉപയോഗവും കൂടുതൽ വ്യാപകമായത്. യുദ്ധരംഗം വിപ്ലവവല്ക്കരിച്ചുകൊണ്ട് പീരങ്കികളും വെടിമരുന്നും സാമൂതിരി സൈന്യം ഉപയോഗിച്ചതോടെ, പറങ്കിപ്പടയെ തുരത്തുവാൻ കുഞ്ഞാലിമാർക്ക് കുറെക്കൂടി എളുപ്പമായി. കപ്പൽ നിർമ്മാണ രംഗത്തും പഴഞ്ചൻ രീതിമാറി, പുത്തൻ രീതി പ്രായോഗികമായതോടെ, കുഞ്ഞാലി മാർ ആധുനിക രീതിയിലുള്ള കപ്പലുകൾ ഉപയോഗപ്പെടുത്തി, പോർച്ചു ഗീസ് സാമ്രാജ്യശക്തിയെ പ്രതിരോധിക്കാൻ നവീന പടക്കപ്പലുകളും യുദ്ധമുറകളും സ്വീകരിച്ചു. ഏതു വിധേനയും വിദേശീയരെ പരാജയപ്പെ ടുത്താൻ ഒരുമ്പെട്ട കുഞ്ഞാലിമാർക്ക് യുദ്ധരംഗത്തെ പുത്തൻ കണ്ടുപിടു ത്തങ്ങളും നവീനരീതിയിലുള്ള കപ്പലുകളും വലിയൊരനുഗ്രഹമായി ത്തീർന്നു. കുഞ്ഞാലിമൂന്നാമൻ യൂറോപ്യൻ രീതിയിൽ തന്റെ നാവിക സൈന്യത്തെ പരിഷ്കരിച്ചു. പൗലോഡാലിമ, ഡാൺമസ്, ലുയിഡിമെല്ലാ എന്നീ പോർച്ചുഗീസ് നാവികരെ ധീരനായ കുഞ്ഞാലി തോല്പിച്ചു.

മിലാൻകാരുടെ അന്ത്യം

പീരങ്കിനിർമ്മാണവിദ്യ കോഴിക്കോട്ടുകാരെ പഠിപ്പിച്ച ജോൺ മാറി യയും പീറ്റർ ആന്റണിയും കോഴിക്കോട് താമസിക്കുന്ന കാലത്തോളം പോർച്ചുഗീസ് ശക്തിക്ക് ഭീഷണിയാണെന്ന് അധികാരികൾ മനസ്സിലാക്കി. ഒന്നുകിൽ അവരെ കോഴിക്കോടിന് പുറത്ത് കൊണ്ടുവരിക, അല്ലെങ്കിൽ വധിച്ചുകളിയുക എന്നതായിരുന്നു പോർച്ചുഗീസുകാരുടെ തീരുമാനം. ഇറ്റാലിയൻ സഞ്ചാരിയായ ലുഡോ വിക്കോ ഡി വർത്തേമ ഈ അവസ രത്തിലാണ് കോഴിക്കോടെത്തുന്നത്. വർത്തേമയെ ആണ് മിലാൻകാരെ ക്കൊണ്ടുള്ള ഭീഷണി എന്നന്നേക്കുമായി അവസാനിപ്പിക്കാൻ പോർച്ചു ഗീസുകാർ ചുമതലപ്പെടുത്തിയത്. വർത്തേമ ഇക്കാര്യത്തിനായി കുറച്ചു കാലം കോഴിക്കോട് താമസിച്ചു. മിലാൻകാരുമായി ഉറ്റ സൗഹൃദം നടിച്ച വർത്തേമ അവർക്ക് സ്വദേശത്തേക്ക് മടങ്ങാൻ അതിയായ താല്പര്യമു

ണ്ടെന്ന് മനസ്സിലാക്കി. വർത്തേമ മിലാൻകാരെ കുടുക്കാൻ ഒരു ഉപായം കണ്ടെത്തി, അത് പോർച്ചുഗീസ് വൈസ്രോയിയെ ധരിപ്പിച്ചു. മിലാൻ കാർക്ക് വൈസ്രോയി മാപ്പ് നല്കി നാട്ടിലേക്ക് മടങ്ങാനുള്ള പണം തന്നയച്ചിട്ടുണ്ടെന്ന് വർത്തേമ ഒരു ചാരൻവഴി അവരെ അറിയിച്ചു. വർ ത്തേമയെ വിശ്വസിച്ച മിലാൻകാർ കണ്ണൂരിലേക്ക് രഹസ്യമായി രക്ഷ പ്പെടാൻ ശ്രമിച്ചു. ഈ രഹസ്യം സാമൂതിരി അറിഞ്ഞു. യാഥാർത്ഥ്യം അന്വേഷിച്ചറിയാൻ സാമൂതിരി ഉദ്യോഗസ്ഥരെ നിയമിച്ചു. ഇതിനിടയിൽ മിലാൻകാർ വധിക്കപ്പെട്ടു.

(പോർച്ചുഗീസ് സൈന്യത്തിൽനിന്നുപോലും ഭടന്മാർ കൂറുമാറി നാട്ടുരാജാക്കന്മാരുടെ സൈന്യത്തിൽ ചേരുക അക്കാലത്ത് പതിവാ യിരുന്നു. അവർക്ക് ഉയർന്ന പദവിയും ശമ്പളവും നാട്ടുരാജാക്കന്മാർ നല്കിയിരുന്നു. പിടിക്കപ്പെട്ടാൽ വധശിക്ഷ അത്തരക്കാർക്ക് ഉറ പ്പായിരുന്നുവെങ്കിലും കൂറുമാറ്റം സാധാരണമായിരുന്നു).

കുഞ്ഞാലിമരയ്ക്കാർ നാലാമൻ (ഏകദേശം 1595–1600)

കുഞ്ഞാലി മൂന്നാമന്റെ മരണശേഷം അദ്ദേഹത്തിന്റെ അനന്തിരവൻ മുഹമ്മദ് മരയ്ക്കാർ അഥവാ കുഞ്ഞാലിമരയ്ക്കാർ നാലാമൻ കോട്ടയ്ക്കൽ കോട്ടയുടെ അധിപനും സാമൂതിരിയുടെ നാവികപ്പടയുടെ തലവനുമായി. പോർച്ചുഗീസ് ശക്തിയുമായുള്ള ഏറ്റുമുട്ടൽ ഏത് നിമി ഷവും പ്രതീക്ഷിച്ച അദ്ദേഹം മരയ്ക്കാർ കോട്ട ബലപ്പെടുത്തി. കോട്ട ഗോപുരങ്ങളിൽ പീരങ്കികൾ സ്ഥാപിച്ചു. കൂടാതെ ആഴമുള്ള ട്രഞ്ചുകൾ കുഴിപ്പിച്ചു. പുതുപ്പണംകോട്ട വിപു ലീകരിച്ച് ഒരു ചെറിയ പട്ടണമായി അതിനെ വികസിപ്പിച്ചെടുത്തു. തന്റെ പട്ടണത്തിൽ കരയിലും കടലിലും പ്രതിരോധസേനയെ നിലനിർത്തി കുഞ്ഞാലി മരയ്ക്കാർ പോർച്ചുഗീസ് സേനയെ വെല്ലുവിളിച്ചു.

പോർച്ചുഗീസ് അധികാരികൾ സാമൂതിരിയെയും കുഞ്ഞാലിയെയും ഭിന്നിപ്പിച്ച് അവരുടെ സാമ്രാജ്യ ത്വതാല്പര്യം സംരക്ഷിക്കുവാൻ ഗൂഢ തന്ത്രങ്ങൾ മെനഞ്ഞെടുത്തു. പൊന്നാനിയിൽ കോട്ട കെട്ടാൻ പോർ ച്ചുഗീസുകാർക്ക് അനുമതി നല്കി യതിന്റെ പേരിൽ സാമൂതിരിയും കുഞ്ഞാലിയും തമ്മിൽ അകൽച്ച തുടങ്ങിയിരുന്നു. ഇത് വളർത്തി

കുഞ്ഞാലിമരയ്ക്കാർ നാലാമൻ ഒരു രേഖാചിത്രം

യെടുത്ത് 'ഭിന്നിപ്പിച്ചു ഭരിക്കുക' എന്ന തന്ത്രം പ്രായോഗികമാക്കി നാടു

ഡോ. കെ സി വിജയരാഘവൻ, ഡോ. കെ എം ജയശ്രീ

കൊള്ളയടിക്കുവാൻ പോർച്ചുഗീസ് ശക്തി ശ്രമിച്ചു. കുഞ്ഞാലി നാലാ മന്റെ സൈനികശക്തിയും കോട്ടയും തങ്ങളുടെ വാണിജ്യ താല്പര്യ ത്തിനു ഭീഷണിയാവുമെന്ന് മനസ്സിലാക്കിയ പോർച്ചുഗീസ് ഗവർണ്ണർ കുഞ്ഞാലിയെ അമർച്ചചെയ്യാൻ സാമൂതിരിയുടെ സഹായം തേടി.

ശത്രുവിനെ തുരത്തി നാടിനെ രക്ഷിക്കുന്ന കാര്യത്തിൽ ഒരു സ്വതന്ത്ര ഭരണാധികാരിയെപ്പോലെ കുഞ്ഞാലി മരയ്ക്കാർ പ്രവർത്തിച്ചു. 'ഇന്ത്യൻ സമുദ്രങ്ങളുടെ അതിനായകൻ', 'പോർച്ചുഗീസുകാരെ തുരത്തിയവൻ' എന്നീ ബിരുദങ്ങൾ അദ്ദേഹം സ്വീകരിച്ചു. പോർച്ചുഗീസു ശക്തിയെ എതിർക്കുന്ന രാജാക്കന്മാരുമായി അദ്ദേഹം സഖ്യമുണ്ടാക്കി. ഉള്ളാളിലെ റാണി തിരുമല ദേവി പോർച്ചുഗീസ് ശക്തിയെ എതിർ ത്തപ്പോൾ കുഞ്ഞാലി അവർക്ക് പിന്തുണ നല്കി. എന്ത് വിലകൊടുത്തും സാമൂതിരിയെ കുഞ്ഞാലിക്കെതിരെ തിരിച്ചുവിടുകയായിരുന്നു പോർച്ചുഗീസുകാരുടെ ഗൂഢതന്ത്രം. നാവികപ്പടത്തലവനായ കുഞ്ഞാ ലിമരയ്ക്കാർ കോഴിക്കോടു സാമൂതിരിയുടെ നാവിക ശക്തിയുടെ ഊർജ്ജമാണെന്ന് അവർ മനസ്സിലാക്കിയിരുന്നു. തങ്ങളുടെ സാമ്രാജ്യത്വ അധിനിവേശ താല്പര്യം സംരക്ഷിക്കപ്പെടാനും കേരളക്കരയിൽ ആധിപത്യമുറപ്പിക്കാനും കുഞ്ഞാലിമരയ്ക്കാരെ ഉന്മൂലനം ചെയ്യണ മെന്നും സാമൂതിരിയുടെ സഹായമില്ലാതെ പോർച്ചുഗീസ് സാമ്രാജ്യ ശക്തിക്ക് അത് അസാദ്ധ്യമാണെന്നും പോർച്ചുഗീസ് അധികാരികൾ അനുഭവങ്ങളിലൂടെ പഠിച്ചിരുന്നു. സാമൂതിരിയുമായി എന്ത് വിട്ടുവീഴ്ച ചെയ്തും സൗഹൃദമുറപ്പിച്ച്, ഉപായത്തിൽ കുഞ്ഞാലിയെ ഒറ്റപ്പെടുത്തി, സാമൂതിരിയുടെ മുഖ്യശത്രുവാക്കി മാറ്റാൻ കഴിഞ്ഞാൽ പോർച്ചുഗീ സുകാരുടെ ശക്തരായ എതിരാളികളായ കുഞ്ഞാലിമാരുടെ ഭീഷണി അവസാനിപ്പിക്കാൻ കഴിയുമെന്ന് തന്ത്രശാലികളായ പോർച്ചുഗീസ് അധികാരികൾ മനസ്സിലാക്കി. ഇതിനായി അവർ തന്ത്രങ്ങൾ മെനഞ്ഞു. പോർച്ചുഗീസുകാരുടെ ഗൂഢ പദ്ധതി സാമൂതിരിക്കും പിടികിട്ടിയില്ല. സാമൂതിരിയെ മരയ്ക്കാറുമായി അകറ്റാൻ അവർ ചാരന്മാരെയും സമർത്ഥമായി ഉപയോഗിച്ചു. നേരും നെറിയുമില്ലാതെ പോർച്ചുഗീസ് സാമ്രാജ്യശക്തി ഒരൊറ്റ ലക്ഷ്യത്തിൽ ശ്രദ്ധ കേന്ദ്രീകരിച്ചപ്പോൾ തകർന്നുപോയത് സാമൂതിരിയും കുഞ്ഞാലിമരയ്ക്കാരും തമ്മിലുള്ള ആത്മബന്ധമായിരുന്നു. അവരുടെ അടവുകളും സൂത്രങ്ങളും വിജയി ക്കുകയും ആത്മമിത്രങ്ങൾ ബദ്ധശത്രുക്കളായി മാറുകയും ചെയ്തു.

നിസ്സാരകാര്യങ്ങൾ ഓരോന്നോരോന്നായി പെരുപ്പിച്ചുകാട്ടി പോർച്ചു ഗീസ് ശക്തി സാമൂതിരിയെ കുഞ്ഞാലിയിൽ നിന്നും അകറ്റുന്നതിൽ വിജ യിച്ചു. നുണപ്രചരണങ്ങളിലൂടെ പോർച്ചുഗീസുകാർ സാമൂതിരിയെ കു ഞ്ഞാലിയുടെ ബദ്ധശത്രുവാക്കാൻ പല അടവുകളും പ്രയോഗിച്ചു എന്ന് ചരിത്രകാരന്മാർ സൂചിപ്പിക്കുന്നു. കുഞ്ഞാലി സാമൂതിരിയുടെ വക ആനയുടെ വാൽമുറിച്ച് തന്റെ പ്രതിഷേധമറിയിച്ചുവെന്നും കുഞ്ഞാലി യോട് വിശദീകരണം ചോദിക്കാൻ സാമൂതിരി ദൂതനെ നിയോഗിച്ചപ്പോൾ

ദൂതനോട് കുഞ്ഞാലി മോശമായിപ്പെരുമാറി എന്നും വാർത്ത പ്രചരിപ്പിച്ച് മുതലെടുത്തതുമെല്ലാം പോർച്ചുഗീസ് സാമ്രാജ്യ ശക്തിയുടെ കുടില തന്ത്രങ്ങളായിരുന്നു.

ഈ അവസരത്തിൽ പെദ്രെ അന്റോണിയോ എന്ന ജസ്യൂട്ടു പാതിരി കോഴിക്കോടുണ്ടായിരുന്നു. സമർത്ഥനും നയതന്ത്രജ്ഞനുമായ പാതിരി സാമൂതിരിയുടെ പ്രീതിനേടുകയും അദ്ദേഹത്തിന്റെ കോപം മുഴുവൻ കുഞ്ഞാലിയുടെ നേരെ തിരിച്ചുവിടുന്നതിൽ വിജയിക്കുകയും ചെയ്തു. കൂടാതെ ഗോവയിലെ പോർച്ചുഗീസുകാരുമായി കൂടിയാലോ ചനകൾ പുനരാരംഭിക്കാനും ഇദ്ദേഹമാണ് സാമൂതിരിയെ പ്രേരിപ്പിച്ചത്.

കോഴിക്കോട്ടെ ചില പ്രഭുക്കന്മാരും കുഞ്ഞാലിക്കെതിരെ നടപടിയെടുക്കാൻ സാമൂതിരിയെ പ്രേരിപ്പിച്ചു. പോർച്ചുഗീസുകാരുടെ കുതന്ത്രങ്ങൾ മനസ്സിലാക്കിയ കുഞ്ഞാലി, അവരുടെ ചതിയിൽ പെട്ടു പോകരുതേ എന്ന് സാമൂതിരിയോടപേക്ഷിച്ചു. കോഴിക്കോട്ടെ മുസ്ലീങ്ങളും നായർ പ്രമുഖരും കുഞ്ഞാലിക്കെതിരെ നീക്കങ്ങൾ നടത്തരുതെന്ന് സാമൂതിരിയോടഭ്യർത്ഥിച്ചു. അനുരഞ്ജനത്തിനും അവർ ശ്രമിച്ചുനോക്കിയെങ്കിലും അതു ഫലിച്ചില്ല.

പോർച്ചുഗീസുകാരുമായി സഖ്യമുണ്ടാക്കുമെന്ന ഭീഷണിയുപ യോഗിച്ചു കുഞ്ഞാലിയെ നിലയ്ക്കുനിർത്താനാണ് സാമൂതിരി ആദ്യം മുതൽ ശ്രമിച്ചത്. എന്നാൽ സാമൂതിരിയുടെ പല പ്രഭുക്കന്മാർക്കും കുഞ്ഞാലിയോടനുഭാവമുണ്ടായിരുന്നു. ഹിന്ദുക്കളും മുസ്ലീങ്ങളുമായ സാമൂതിരിയുടെ പ്രജകൾ ഭൂരിഭാഗവും മരയ്ക്കാർ കുടുംബത്തെ ബഹുമാനിക്കുന്നവരായിരുന്നു. പോർച്ചുഗീസു ശക്തിയെ കൂട്ടുപിടിച്ച് കുഞ്ഞാലിയെ ഇല്ലായ്മ ചെയ്യാനുള്ള നടപടി അവരാരും ആഗ്രഹിച്ചില്ല.

സാമൂതിരിയും കുഞ്ഞാലിയുമായി പോർച്ചുഗീസുകാരുടെ ഇടപെടലില്ലാതെ തന്നെ അനുരഞ്ജനത്തിനു സാദ്ധ്യതയുണ്ടായിരുന്നു. എന്നാൽ തന്റെ പുരാതനവംശത്തിന്റെ അന്തസ്സിൽ സാമൂതിരിയും ആരു ടെ മുമ്പിലും തലകുനിയ്ക്കില്ല എന്ന സ്വതന്ത്രമായ നിലപാടിൽ കുഞ്ഞാ ലിയും ഉറച്ചു നിന്നതിനാൽ അനുരഞ്ജനം യാഥാർത്ഥ്യമായില്ല.

ആരെ തോല്പിക്കാനാണോ താൻ 'കുഞ്ഞാലി' എന്ന സ്ഥാനപ്പേരും ആളും അർത്ഥവും നല്കി മരയ്ക്കാർമാരെ സജ്ജരാക്കിയത്, ആ ശത്രു വിന്റെ തന്നെ സഹായം തേടി തന്റെ വിശ്വസ്തനായ അഡ്മിറലിനെ അമർച്ചചെയ്യാനാണ് ഒടുവിൽ സാമൂതിരി തീരുമാനിച്ചത്. പോർച്ചുഗീസു കാരും കുഞ്ഞാലിയുമായുള്ള യുദ്ധത്തിൽ കരസൈന്യത്തെ നല്കി സഹായിക്കാമെന്ന് സാമൂതിരി പോർച്ചുഗീസ് വൈസ്രോയിക്ക് ഉറപ്പു നല്കി. പോർച്ചുഗീസ് ശക്തിക്കെതിരായ പോരാട്ടത്തിന്റെ ജീവാത്മാവും പരമാത്മാവുമായിരുന്ന കുഞ്ഞാലിമരയ്ക്കാർക്കെതിരെ അദ്ദേഹത്തിന്റെ രക്തത്തിനുവേണ്ടി ദാഹിച്ചു കൊണ്ടിരുന്ന പോർച്ചുഗീസുകാരുമായി സാമൂതിരി ഉടമ്പടിയുണ്ടാക്കി.

1599ലെ യുദ്ധത്തിൽ കുഞ്ഞാലിമരയ്ക്കാരുടെ ഉജ്ജ്വല വിജയം

പോർച്ചുഗീസുകാരും സാമൂതിരിയുമായുള്ള ഉടമ്പടി പ്രകാരം കുഞ്ഞാലിയെ നേരിടാൻ ഗോവയിൽ വിപുലമായ യുദ്ധ സന്നാഹങ്ങൾ തുടങ്ങി. പന്ത്രണ്ട് പടക്കപ്പലുകൾ കൂടി മരയ്ക്കാർ കോട്ട ഉപരോധിക്കാനായി അയച്ചതിനുപുറമെ, കോട്ടപ്പുഴയിൽ പ്രവർത്തിക്കുന്നതിനുവേണ്ടി പ്രത്യേകതരം ബോട്ടുകൾ ആറെണ്ണം ബസീൻ തുറമുഖത്ത് നിർമ്മിച്ചു. തന്റെ വലിയ സൈന്യവുമായി സാമൂതിരിയും കപ്പൽ വ്യൂഹവുമായി പോർച്ചുഗീസ് ക്യാപ്റ്റൻ ലുയി ഡ ഗാമയും മരയ്ക്കാർ കോട്ടയുടെ സമീപം എത്തിച്ചേർന്നു. ഇരിങ്ങൽ മുതൽ കടൽത്തീരം വരെ അർദ്ധ വൃത്താകൃതിയിൽ സാമൂതിരി സൈന്യം അണിനിരന്നതോടെ മരയ്ക്കാർ കോട്ടയും മറ്റു പ്രദേശങ്ങളുമായുള്ള വാർത്താവിനിമയബന്ധം വിച്ഛേദിക്കപ്പെട്ടു. പോർച്ചുഗീസ് കപ്പൽവ്യൂഹം നദീമുഖത്താണ് നിലകൊണ്ടത്.

പ്രധാന ആക്രമണം ഏതു ദിശയിൽ നിന്നായിരിക്കുമെന്ന് കുഞ്ഞാലിമരയ്ക്കാർ ശരിയായി കണക്കു കൂട്ടിയിരുന്നു. എന്നാൽ ആറു പോർച്ചുഗീസ് യുദ്ധബോട്ടുകളുടെ സാന്നിദ്ധ്യം കുഞ്ഞാലിയുടെ പ്രതിരോധ പദ്ധതിക്ക് ഭീഷണിയായി. നദീമാർഗ്ഗം വടക്കുഭാഗത്തുനിന്നും ഒരാക്രമണം അദ്ദേഹം പ്രതീക്ഷിച്ചിരുന്നില്ല. തന്റെ നാവിക സേനയെ ഉപയോഗിക്കാൻ അദ്ദേഹത്തിന് സാദ്ധ്യമല്ലായിരുന്നു. കുഞ്ഞാലിമര യ്ക്കാരുടെ ഭാരം കുറഞ്ഞകപ്പലുകൾക്കു ഭാരക്കൂടുതലുള്ള കപ്പലുകളു മായി നിശ്ചിതസ്ഥലത്തുവെച്ച് നടക്കുന്ന യുദ്ധങ്ങളിൽ വിജയിക്കുക ശ്രമകരമായിരുന്നു. മാത്രമല്ല അദ്ദേഹത്തിന്റെ പല കപ്പലുകളും പല ആവശ്യങ്ങൾക്കായി കടലിൽ പല ഭാഗത്തുമായിരുന്നു. നദീമുഖം ജാഗ്രതയോടെ വീക്ഷിക്കുന്ന പോർച്ചുഗീസുകാരെ കബളിപ്പിച്ച് കപ്പലുകൾ കോട്ടയ്ക്ക് സമീപം കൊണ്ടുവരാനും പ്രയാസമായിരുന്നു. വളരെ ബുദ്ധിമുട്ടി ഒരു നിര യുദ്ധ നൗകകൾ ജലമാർഗ്ഗമുള്ള ആക്രമണം പ്രതിരോധിക്കാനായി കുഞ്ഞാലി സംഘടിപ്പിച്ചു. കുഞ്ഞാലിയുടെ സൈന്യം തടസ്സങ്ങൾ തട്ടി നീക്കി ഒരു പോർച്ചുഗീസ് കപ്പൽ പിടി ച്ചെടുത്തു. പോർച്ചുഗീസുകാർ അവരുടെ ആക്രമണപദ്ധതിയിൽ മാറ്റ ങ്ങൾ വരുത്തി. മാർച്ച് മൂന്നിന് പോർച്ചുഗീസ് സൈനിക ഉദ്യോഗസ്ഥരായ ലുയി ഡി സിൽവയും മേജർ ഡി ആന്റണി ഡ ലീവയും സൈന്യസമേതം കോട്ടയ്ക്ക് സമീപമെത്തി. അവരെ സഹായിക്കാൻ സാമൂതിരിയുടെ സൈന്യവുമുണ്ടായിരുന്നു. ഇരിങ്ങൽപ്പാറയുടെ മുകളിൽ നിന്ന് പ്രഭാത ത്തിനു തൊട്ടുമുമ്പ് ഒരു കത്തുന്ന പന്തം സിഗ്നലായി കാണിക്കുമ്പോൾ സാമൂതിരി–പോർച്ചുഗീസ് സംയുക്തസൈന്യം കരമാർഗ്ഗവും കടൽ മാർഗ്ഗവും മരയ്ക്കാർ കോട്ട ആക്രമിക്കണമെന്ന് തീരുമാനിക്കപ്പെട്ടു. എന്നാൽ സിഗ്നൽ നൽകിയത് നിശ്ചിതസമയത്തിന് അഞ്ചു മണിക്കൂർ മുമ്പായിരുന്നു.

ഡോ. കെ സി വിജയരാഘവൻ, ഡോ. കെ എം ജയശ്രീ

കുഞ്ഞാലി, ആക്രമണത്തെ ശക്തിയായി നേരിട്ടു. ലൂയി ഡി സിൽവ യും മറ്റു രണ്ടുപോർച്ചുഗീസ് സൈന്യാധിപന്മാരും കൊല്ലപ്പെട്ടു. പോർച്ചു ഗീസുസൈന്യം പ്രാണരക്ഷാർത്ഥം ബോട്ടുകളിൽ കയറി രക്ഷപ്പെടാൻ ശ്രമിച്ചു. നിറയെ ആളുകൾ കയറിയ ബോട്ടുമുങ്ങിയും പലരും മരിച്ചു. പ്രഭാതമായപ്പോൾ പോർച്ചുഗീസ് സൈന്യം കരമാർഗ്ഗം മരയ്ക്കാർക്കോട്ട ആക്രമിച്ചു. കോട്ടയ്ക്കകത്തെ ചില വീടുകൾ നശിപ്പിക്കുകയും പള്ളിക്ക് കേടുപാടുകൾ വരുത്തുകയും ചെയ്തു. കുഞ്ഞാലിയുടെ സൈനികരിൽ അഞ്ഞൂറ് പേർ യുദ്ധത്തിൽ മരിച്ചു. സഖ്യകക്ഷികൾക്ക് ആകെ ലഭിച്ച നേട്ടം ഇതായിരുന്നു.

കുഞ്ഞാലിയെ നിഷ്പ്രയാസം തോൽപ്പിക്കാൻ കഴിയുമെന്നു പ്രതീക്ഷിച്ചിരുന്നവർ കുന്നിൻ മുകളിൽ നിന്ന് യുദ്ധഗതി കണ്ട് ദുഃഖിതരായി. കുഞ്ഞാലിക്ക് വിശ്രമിച്ച് ശക്തികൂട്ടാൻ സമയം നല്കുന്നത് അപകടമാണെന്ന് മനസ്സിലാക്കിയ പോർച്ചുഗീസ് ക്യാപ്റ്റൻ ലൂയി ഡ ഗാമ ഒരാക്രമണവും കൂടി നടത്താൻ തീരുമാനിച്ചു. കരമാർഗ്ഗം സൈന്യം ആക്രമണം നടത്തിയെങ്കിലും കുഞ്ഞാലിയുടെ പീരങ്കികൾ സൈന്യത്തെ പിന്നോട്ടോടിച്ചു. നദീമുഖം കാക്കാൻ കുറച്ചു കപ്പലുകൾ ഏർപ്പാടുചെയ്ത് നിരാശനായ ലൂയി ഡ ഗാമ കൊച്ചിയിലേക്ക് പോയി.

പോർച്ചുഗീസ് പരാജയവാർത്ത ഗോവയിലെത്തിയതോടെ അവിടെ ദുഃഖം അലയടിച്ചു. പരാജയവാർത്ത സ്ഥിരീകരിച്ചു കൊണ്ട് ഔദ്യോഗിക അറിയിപ്പ് വന്നതോടെ നഗരമെങ്ങും പരിഭ്രാന്തി പടർന്നു. താന്താങ്ങളുടെ സ്വന്തക്കാരുടെ വിവരമന്വേഷിച്ച് സ്ത്രീകളുൾപ്പെടെയുള്ള ജനക്കൂട്ടം അലമുറയിട്ടോടി നടന്നു. വൈസ്രോയി, കൗൺസിൽ വിളിച്ചുകൂട്ടി കുഞ്ഞാലിയെ തകർക്കാനുള്ള തന്റെ തീരുമാനം പ്രഖ്യാപിച്ചു. കുഞ്ഞാ ലിയെ തകർക്കാൻ, തന്നെത്തന്നെ നിയോഗിക്കാൻ വൈസ്രോയി കൗൺസിലിനോടാവശ്യപ്പെട്ടെങ്കിലും അനുമതി ലഭിച്ചില്ല. മൺസൂൺ കാലം കഴിഞ്ഞ് ആക്രമണം തുടങ്ങിയാൽ മതിയെന്നും കൗൺസിൽ തീരുമാനിച്ചു. കുഞ്ഞാലിക്കെതിരെയുള്ള യുദ്ധം പരാജയപ്പെട്ടതിന്റെ ഉത്തരവാദിത്വം ലൂയി ഡ ഗാമയിൽ ചുമത്തപ്പെട്ടു. അദ്ദേഹത്തെ കുറ്റ വിമുക്തനാക്കാൻ വൈസ്രോയിക്ക് തന്റെ സ്വാധീനശക്തിമുഴുവൻ ഉപ യോഗിക്കേണ്ടിവന്നു. പോർച്ചുഗീസുകാർക്ക് തങ്ങളുടെ മാനം രക്ഷിക്കാൻ ഒരു പുതിയ സൈന്യാധിപനെ ആവശ്യമായിരുന്നു. ഈ അവസരത്തിൽ ആന്ദ്രെ ഫുർത്താഡോ ഡ മെന്റോക്ക യെയാണ് അധിക പേരും ഓർമിച്ചത്. അനേകം യുദ്ധങ്ങൾ വിജയിച്ച ഫുർത്താഡോ മുമ്പൊരിക്കൽ കുഞ്ഞാലിയുടെ നാവികസൈന്യത്തെയും പരാജയ പ്പെടുത്തിയിരുന്നു. ഗോവയിലെ കൗൺസിൽ അദ്ദേഹത്തെ മലബാറിലെ മുഖ്യ ക്യാപ്റ്റനായി തെരഞ്ഞെടുക്കുകയും കുഞ്ഞാലിയ്ക്കെതിരെ ഒരു രണ്ടാം ആക്രമണത്തിന് തയ്യാറെടുക്കുകയും ചെയ്തു.

തന്റെ സമീപകാല വിജയത്തിൽ കുഞ്ഞാലി മരയ്ക്കാർ ഏറെ അഭിമാനിച്ചു. രാജാക്കന്മാരും പ്രഭുക്കന്മാരും സാധാരണക്കാരും

കുഞ്ഞാലിയുടെ വിജയത്തെ ശ്രദ്ധാപൂർവം വീക്ഷിക്കുകയും അഭിമാനം കൊള്ളുകയും ചെയ്തു. പുറമെനിന്നുള്ള സഹായമില്ലാതെ ഒറ്റയ്ക്ക് പിടിച്ചുനില്ക്കാൻ തനിയ്ക്കാവില്ലെന്ന് കുഞ്ഞാലിക്ക് നന്നായി അറിയാ മായിരുന്നു. മറ്റു രാജാക്കന്മാരിൽ നിന്നും മുസ്ലിം വ്യാപാരികളിൽ നിന്നും അദ്ദേഹം സഹായം തേടി. എന്നാൽ കരമാർഗ്ഗവും കടൽമാർഗ്ഗവും നില നിന്ന പോർച്ചുഗീസ് ഉപരോധം ഇത്തരം സഹായങ്ങളെ തടസ്സപ്പെടുത്തി.

ധീരയായ ഉള്ളാളിലെ റാണി തിരുമലദേവി മാത്രം കുഞ്ഞാലിക്ക് സഹായമെത്തിച്ചുകൊടുത്തു. മംഗലാപുരത്തെ ബംഗാ രാജാവുമായുണ്ടാ യ യുദ്ധത്തിലും പോർച്ചുഗീസുകാരുമായുണ്ടായ യുദ്ധത്തിലും റാണിയെ, കുഞ്ഞാലി സൈനികരെയും പടക്കപ്പലുകളെയും നല്കി സഹായിച്ചിരുന്നു. ഇതിൽ കൃതജ്ഞതാഭരിതയായ റാണി 3000 ചാക്ക് അരി പട്ടിണി കിടക്കുന്ന കുഞ്ഞാലിയുടെ പട്ടാളക്കാർക്കും അനുയായി കൾക്കും അയച്ചുകൊടുക്കുകയും കൂടുതൽ സഹായം നല്കാമെന്ന് വാഗ്ദാനം നല്കുകയും ചെയ്തു. എന്നാൽ അരിക്കപ്പലുകൾ പലതും പോർച്ചുഗീസുകാർ പിടിച്ചെടുത്തു. കോട്ടയിലെ കുഞ്ഞാലിയെയും അനുയായികളെയും പട്ടിണിക്കിട്ട് കൊല്ലുകയായിരുന്നു അവരുടെ ലക്ഷ്യം. മധുരയിലെ നായ്ക്കൻ കുഞ്ഞാലിക്ക് അഭയം നല്കാൻ സന്നദ്ധനായിരുന്നു. രാമേശ്വരത്ത് കോട്ട പണിയാൻ കുഞ്ഞാലിക്ക് സ്ഥലം നല്കാനും നായ്ക്കൻ തയ്യാറായിരുന്നു. തെക്കൻ ദിക്കിലേക്ക് പുറപ്പെടാൻവേണ്ടി കുഞ്ഞാലി കപ്പലുകൾ ഒരുക്കിനിർത്തിയിരുന്നു. കുഞ്ഞാലി സാമൂതിരിയുമായി രഹസ്യചർച്ചകൾ നടത്തി സാമൂതിരിയുടെ മൗനാനുവാദത്തോടെ രക്ഷപ്പെടുമെന്ന് ഫുർത്താഡോ കണക്കുകൂട്ടി. കുഞ്ഞാലി എവിടേക്കെങ്കിലും പോയി രക്ഷപ്പെടട്ടെ എന്ന് സാമൂതിരിയും ആഗ്രഹിച്ചിരിക്കാം. ഇതെല്ലാം മനസ്സിലാക്കിയ ഫുർത്താഡോ സർവ്വശക്തിയും സംഭരിച്ചു കുഞ്ഞാലിയെ നശിപ്പിക്കാൻ തീരുമാനിച്ചു.

മരയ്ക്കാർ കോട്ടയിലേക്കുള്ള മാർഗ്ഗമദ്ധ്യേ ഫുർത്താഡോ ഒരു നയതന്ത്രവിജയവും നേടി. മംഗലാപുരം രാജാവിനെയും ഉള്ളാളിലെ റാണിയെയും കുഞ്ഞാലിയെ സഹായിക്കുന്നതിൽ നിന്ന് പിന്തിരിപ്പിച്ചു. കൂടാതെ അദ്ദേഹം സാമൂതിരിയുമായി ചർച്ച നടത്തി സൗഹൃദം ഒന്നുകൂടി ഉറപ്പിച്ചു. മറ്റു പോർച്ചുഗീസ് കമാണ്ടർമാരിൽ നിന്നും വ്യത്യസ്തമായി ഫുർത്താഡോ സാമൂതിരിയോടും ഉദ്യോഗസ്ഥരോടും വളരെ സൗഹൃദം കാണിച്ചു. കുഞ്ഞാലിയെ നശിപ്പിക്കുക, അതുമാത്രമാ യിരുന്നു അയാളുടെ ലക്ഷ്യം.

സാമൂതിരിയുമായി നടന്ന കൂടിക്കാഴ്ചയിൽ കുഞ്ഞാലിയെ കീഴട ക്കണമെന്നും മരയ്ക്കാർകോട്ട പിടിച്ചെടുത്ത് ഇടിച്ചുനിരത്തണ മെന്നും തീരുമാനമായി. പോർച്ചുഗീസുകാർക്ക് ഒരു പള്ളിയും പാണ്ടിക ശാലയും കോഴിക്കോട് പണിയാൻ സാമൂതിരി അനുവാദം നല്കി. തുടർന്ന് ഫുർത്താഡോ, മരയ്ക്കാർ കോട്ട ശക്തമായി ഉപരോധിച്ചു.

അദ്ദേഹത്തിന്റെ കീഴിൽ സാമൂതിരി സൈന്യവും പോർച്ചുഗീസുസൈന്യ
വുമുൾപ്പെടെ വലിയൊരു സേനയുണ്ടായിരുന്നു. എന്നാൽ കുഞ്ഞാലി
യുടെ ശക്തമായ പ്രതിരോധം കാരണം നദീമുഖത്ത് പ്രവേശിക്കാൻ
പോർച്ചുഗീസുകാർക്ക് കഴിഞ്ഞില്ല. വളരെ ബുദ്ധിമുട്ടി കരമാർഗ്ഗം
ആനകളെകൊണ്ട് വലിപ്പിച്ചാണ് കുറച്ചുകപ്പലുകൾ നദീമുഖത്ത്
എത്തിച്ചത്. കോട്ടയുടെ വടക്കുഭാഗത്തുള്ള മതിൽ തകർത്ത് പട്ടണം
ഉപരോധിക്കുവാൻ ഫുർത്താഡോവിനു കഴിഞ്ഞതിനാൽ തന്റെ
പ്രതിരോധ സജ്ജീകരണങ്ങളിൽ മാറ്റം വരുത്താൻ കുഞ്ഞാലിമരയ്ക്കാർ
തീരുമാനിച്ചു. ഇതിനൊന്നും വേണ്ടത്ര സമയം കിട്ടിയില്ല. എങ്കിലും
പോർച്ചുഗീസുകാരെ ഏറ്റുമുട്ടലിൽ പരാജയപ്പെടുത്താൻ കുഞ്ഞാലിക്ക്
കഴിഞ്ഞു. പല പോർച്ചുഗീസു ജനറൽമാരും വധിക്കപ്പെട്ടുവെങ്കിലും
ഫുർത്താഡോ ധീരമായി പോരാടി പട്ടണം തകർക്കാൻ തുടങ്ങി.
കോട്ടയുടെ പുറം മതിൽ തകർന്നു. ഈ അവസരത്തിൽ സാമൂതിരി
മാമാങ്കച്ചടങ്ങുകളിൽ പങ്കെടുക്കാനായി തിരുനാവായയിലേക്ക്
പോയിരുന്നു. കുഞ്ഞാലിയുടെ പുതുപ്പട്ടണം ആക്രമിക്കരുതെന്ന്
ഗോവയിൽ നിന്നു വൈസ്രോയി പോർച്ചുഗീസുകാർക്ക് സന്ദേശം
അയച്ചെങ്കിലും ആ നിർദ്ദേശം അനുസരിക്കേണ്ടതില്ലെന്ന് ഇവിടുത്തെ
പോർച്ചുഗീസു ക്യാപ്റ്റന്മാർ തീരുമാനിച്ചു. തന്റെ കോട്ടയുടെ പതനം
ആസന്നമാണെന്ന് മനസ്സിലാക്കിയ കുഞ്ഞാലി സാമൂതിരിയുമായി
ചർച്ചയ്ക്ക് തയ്യാറായി. താനും അനുയായികളും തന്റെ രാജാവായ
സാമൂതിരിക്ക് കീഴടങ്ങാമെന്നും ജീവനോടെ വിട്ടാൽ മതിയെന്നും
കുഞ്ഞാലി സമ്മതിക്കുകയും ചെയ്തു. സാമൂതിരിക്കുമാത്രമെ കീഴടങ്ങു
കയുള്ളൂ എന്നത് കുഞ്ഞാലിയുടെ ഉറച്ച തീരുമാനമായിരുന്നു.
പോർച്ചുഗീസുകാരാണ് തന്റെയും നാടിന്റെയും ശത്രുക്കൾ. സാമൂതിരി
തന്റെ രാജാവാണ്. രാജാവിനെ താൻ ധിക്കരിച്ചെങ്കിൽ താൻ അദ്ദേഹ
ത്തോട് മാപ്പപേക്ഷിക്കാം. സാമൂതിരിക്ക് ഈ വ്യവസ്ഥ സ്വീകാര്യമായി
രുന്നു. ധീരനായ തന്റെ അഡ്മിറലിന്റെ കീഴടങ്ങൽ മാത്രമെ അദ്ദേഹം
ആഗ്രഹിച്ചിരുന്നുള്ളൂ. സാമൂതിരിയുടെ പ്രജകളിൽ വലിയൊരു ഭാഗം
കുഞ്ഞാലിയോട് അനുഭാവമുള്ളവരായിരുന്നു. സൈനികർക്കും
കുഞ്ഞാലിക്കെതിരെയുള്ള യുദ്ധത്തിൽ വലിയ താല്പര്യമുണ്ടാ
യിരുന്നില്ല.

ബെൽഷീറുടെ ചതി

കുഞ്ഞാലിമരയ്ക്കാരും ഇരുന്നൂറ്റമ്പത് അനുയായികളും സാമൂതി
രിക്ക് കീഴടങ്ങാൻവന്ന അവസരത്തിൽ സാമൂതിരിയുടെ വിശ്വസ്തനെന്ന്
നടിച്ചിരുന്ന ബെൽഷീർ ഇടപെട്ടു. ബെൽഷീർ സാമൂതിരിയുടെ
പ്രജകളുടെ മനോഗതി മനസ്സിലാക്കുവാൻ നിയുക്തനായ പോർച്ചുഗീസ്
ചാരനായിരുന്നു. അദ്ദേഹം കോട്ടയ്ക്കകത്തേക്ക് കുറച്ചാളുകളുമായി

ഓടിക്കയറി വീടുകൾക്കും കപ്പലുകൾക്കും അങ്ങാടികൾക്കും തീവെച്ചു.

സാമൂതിരിയുടെ നായർ പടയാളികൾ ഇതു കണ്ടു ക്ഷുഭിതരായി. തന്നെ ചതിക്കാൻ വേണ്ടിയാണ് കീഴടങ്ങലിന് സാമൂതിരി സമ്മതിച്ചതെന്ന് പോർച്ചുഗീസുകാരുടെ ഈ ചതി കണ്ടപ്പോൾ കുഞ്ഞാലി വിശ്വസിച്ചു. കുഞ്ഞാലി അങ്ങനെ വിശ്വസിക്കണമെന്നതായിരുന്നു പോർച്ചുഗീസ് ചാരന്റെ ലക്ഷ്യവും. കുഞ്ഞാലി കീഴടങ്ങാതെ കോട്ടയിലേക്ക് മടങ്ങിപ്പോയി.

പോർച്ചുഗീസുകാരുടെ ലക്ഷ്യം സഫലമായി. സാമൂതിരിയുമായി സമാധാനം സ്ഥാപിക്കാൻ കുഞ്ഞാലി ശ്രമിക്കുമെന്ന് ഫുർത്താഡോക്ക റിയാമായിരുന്നു. പോർച്ചുഗീസ് താല്പര്യ സംരക്ഷണത്തിനും തന്റെ പ്രശസ്തിക്കും വേണ്ടി കുഞ്ഞാലിയും സാമൂതിരിയും തമ്മിലുള്ള സമാധാന ശ്രമം എന്തുവിലകൊടുത്തും തകർക്കണമെന്ന് അദ്ദേഹം തീരുമാനിച്ചു. പട്ടണം ആക്രമിക്കാൻ നിശ്ചയിച്ച ഫുർത്താഡോ സാമൂതിരിയുടെ സഹായം തേടി. ഇതോടെ സാമൂതിരിയും കുഞ്ഞാലിയും തമ്മിലുള്ള കൂടിയാലോചനാശ്രമവും തകർന്നു.

4

കുഞ്ഞാലിമരയ്ക്കാർ നാലാമന്റെ രക്തസാക്ഷിത്വം

1600 ലെ അവസാന യുദ്ധം

ആയിരത്തി അറുനൂറ് മാർച്ച് 7ന് സർവ്വശക്തിയും സംഭരിച്ച് പോർച്ചുഗീസ്-സാമൂതിരി സംയുക്ത സൈന്യം കുഞ്ഞാലിയുടെ കോട്ടവളഞ്ഞ് കരയിൽ നിന്നും കടലിൽ നിന്നും ഘോരമായ യുദ്ധം തുടങ്ങി. പോർച്ചുഗീസുകാരുടെ വലയിൽ കുടുങ്ങിയ സാമൂതിരി ഒരു പ്രതിസന്ധിയിലായി. കുഞ്ഞാലിയുടെ കീഴടങ്ങലല്ലാതെ മരണം അദ്ദേഹം ആഗ്രഹിച്ചിരുന്നില്ല. ഫുർത്താദോ ഇവ രണ്ടും ആഗ്രഹിച്ചു. ധീരനായ കുഞ്ഞാലി സ്വദേശിയായ തന്റെ തമ്പുരാന് മുമ്പിലല്ലാതെ മരണം വരെ മറ്റാരുടെ മുമ്പിലും തലകുനിക്കില്ലെന്ന് കുഞ്ഞാലിമാരുടെ ചരിത്രം മനസ്സിലാക്കിയവർക്കൊക്കെ അറിയാമായിരുന്നു.

താനും അനുയായികളും സ്വമേധയാ കീഴടങ്ങിയാൽ തങ്ങളുടെ ജീവൻ രക്ഷിക്കണമെന്ന് കുഞ്ഞാലി സാമൂതിരിയോടപേക്ഷിച്ചിരുന്നു. ഇത് സാമൂതിരി രേഖാമൂലം സമ്മതിച്ചു. കീഴടങ്ങിയ തന്നെ, പോർച്ചുഗീസുകാർ വധിക്കുന്നതായി കുഞ്ഞാലി സ്വപ്നം കണ്ടിരുന്നു. സ്വപ്നത്തിൽ നിന്നുണർന്ന് കുഞ്ഞാലി ആയുധധാരിയായി, സൈനികരോട് ഒരു മിന്നലാക്രമണം നടത്താനും പറഞ്ഞുവത്രെ. എന്നാൽ അനുചരന്മാരും അഭ്യുദയകാംക്ഷികളും സ്വപ്നം വിശ്വസിക്കരുതെന്ന് പറഞ്ഞ് അദ്ദേഹത്തെ സമാധാനിപ്പിച്ചു.

സാമൂതിരിയുമായി കൂടിക്കാഴ്ചകൾ നടത്തി തന്റെയും അനുയായികളുടെയും ജീവരക്ഷ ഉറപ്പുവരുത്തിയതിനുശേഷമേ കുഞ്ഞാലി കോട്ടയ്ക്കുപുറത്തുവരാൻ സന്നദ്ധനായുള്ളൂ. അങ്ങനെ മാർച്ച് 16ന് കോട്ടയ്ക്ക് പുറത്ത് വന്ന് സാമൂതിരിക്ക് കീഴടങ്ങാൻ കുഞ്ഞാലി മരയ്ക്കാർ

തയ്യാറായി. കോട്ടവാതിലിൽ മുഖാമുഖമായി പോർച്ചുഗീസു സൈന്യവും നായർ സൈന്യവും നിലയുറപ്പിച്ചു. തെക്കെകോട്ടവാതിൽ തുറന്ന് ആളുകൾ ഓരോരുത്തരായി പുറത്തുവരാൻ തുടങ്ങി. ആദ്യം വന്നത് മുറിവേറ്റ നാനൂറ് മുറുകളാണ്. അവരുടെ ഭാര്യമാരും കുട്ടികളും കൂടെയു ണ്ടായിരുന്നു. പട്ടിണികിടന്ന് മൃതപ്രായരായ അവരെ, അവർ ക്കിഷ്ടമുള്ള സ്ഥലത്ത് പോകാൻ സാമൂതിരി അനുവദിച്ചു. ഏറ്റവും ഒടുവിൽ കറുത്ത തൂവാല തലയിൽ കെട്ടി താഴ്ത്തിപ്പിടിച്ച വാളുമായി കുഞ്ഞാലി നാലാമൻ പുറത്തുവന്നു. ഒത്ത ഉയരവും വിരിഞ്ഞമാറും ദൃഢമായ ശരീരവുമുള്ള പൗരുഷശാലിയായ ഒരമ്പത് വയസ്സുകാരനാ യിരുന്നു കുഞ്ഞാലി. തന്റെ പ്രിയപ്പെട്ട അനുയായികളായ ചൈന അലിയുടെയും കുട്ടിഅലിയുടെയും മദ്ധ്യത്തിലായിട്ടാണ് അദ്ദേഹം നിർഭയനായി പുറത്ത് വന്നത്. കുഞ്ഞാലി സാമൂതിരിയുടെ സമീപത്തെത്തി കീഴടങ്ങലിന്റെ സൂചനയായി തന്റെ രാജാവിന് വാൾ സമർപ്പിച്ച് വിനയത്തോടെ കൈകൂപ്പി. പോർച്ചുഗീസ് ശക്തിയുടെ ചതിപ്രയോഗം വീണ്ടും ആവർത്തിക്കപ്പെട്ടു. യുദ്ധമര്യാദകൾ അവർ ഒരിക്കലും പാലിച്ചിരുന്നില്ല. കുഞ്ഞാലിമരയ്ക്കാരെ താൻ ബലം പ്രയോഗിച്ച് കീഴടക്കി എന്ന് വരുത്തിത്തീർക്കാൻ ഫുർത്താഡോ ഓടിച്ചെന്ന് കുഞ്ഞാലിയെ പിടികൂടി സൂത്രത്തിൽ തട്ടിക്കൊണ്ടുപോകാൻ ഒരുങ്ങി. നിരായുധനായ കുഞ്ഞാലിമരയ്ക്കാർ സർവ്വശക്തിയും സംഭരിച്ച് ചെറുത്തുനിന്നപ്പോൾ ഫുർത്താഡോ ദൂരെ തെറിച്ചുവീണെങ്കിലും രക്ഷപ്പെട്ടു.

സന്ധിവ്യവസ്ഥകൾ ലംഘിച്ച് പോർച്ചുഗീസുകാർ ചെയ്ത ഈ ചതിയിൽ ക്ഷുഭിതരായി സാമൂതിരിയുടെ നായർ പടയാളികൾ കലാപ ത്തിനൊരുങ്ങി. നായർ പടയാളികൾ പോർച്ചുഗീസുകാരുടെ മേൽ ചാടി വീണ് കുഞ്ഞാലിയെയും കൂട്ടരെയും മോചിപ്പിക്കാൻ ശ്രമിച്ചു. ബഹള ത്തിനിടയിൽ കുഞ്ഞാലിയുടെ അനന്തിരവൻ കുട്ട്യാലിയും സുഹൃത്ത് ചൈനാഅലിയും എങ്ങിനെയെങ്കിലും രക്ഷപ്പെട്ട് കുഞ്ഞാലിയെ മോചിപ്പിക്കാൻ ശ്രമിച്ചെങ്കിലും സാധിച്ചില്ല.

സാമൂതിരിക്ക് വാൾ സമർപ്പിച്ചുകഴിഞ്ഞതിനാൽ നിരായുധനായ കുഞ്ഞാലിക്ക് തന്റെ സ്വാതന്ത്ര്യത്തിനുവേണ്ടി ഒന്നും ചെയ്യാൻ കഴിഞ്ഞില്ല. ശക്തമായ ബന്ധവസ്തോടെ പോർച്ചുഗീസുകാർ കുഞ്ഞാ ലിയെയും കൂടെയുള്ളവരെയും അവരുടെ പാളയത്തിലേക്കു കൊണ്ടു പോയി. വീണ്ടും സാമൂതിരിയുടെ നായർ പടയാളികൾ കലാപം തുട ങ്ങിയെങ്കിലും അവർക്ക് തങ്ങളുടെ പ്രിയപ്പെട്ട മരയ്ക്കാരെ രക്ഷിക്കാൻ കഴിഞ്ഞില്ല. പോരാളിയായ കുഞ്ഞാലി നാലാമനെ ചതിയിലൂടെ മാത്രമേ പോർച്ചുഗീസുകാർക്ക് തോല്പ്പിക്കാൻ കഴിഞ്ഞുള്ളൂ. കോഴിക്കോടിന്റെ ശക്തമായ നാവികപൈതൃകത്തിന്റെ അന്ത്യമായിരുന്നു ഈ അധാർമ്മിക വിജയം.

ഫുർത്താദോ മരയ്ക്കാർ കോട്ട ഇടിച്ചുനിരത്തി. അങ്ങാടികളും പള്ളികളും തീവെച്ചു നശിപ്പിച്ചു. കോട്ടയുടെ പതനത്തോടൊപ്പം കോഴിക്കോടിന്റെ പ്രശസ്തമായ നാവിക പാരമ്പര്യവും തകർന്നു.

രക്തസാക്ഷിത്വം

മാർച്ച് 25ന് ചങ്ങലയ്ക്കിട്ട കുഞ്ഞാലിയെയും അനുയായികളെയും കൂട്ടി, കോട്ട കൊള്ളയടിച്ചുകിട്ടിയ ധനവുമായി ഫുർത്താദോ ഗോവയ്ക്ക് പുറപ്പെട്ടു. ഗോവയിലെത്തിയ ഫുർത്താദോവിന് പോർച്ചുഗീസ് വൈസ്രോയിയും ജനങ്ങളും വമ്പിച്ച വരവേല്പ് നല്കി. കപ്പലിറങ്ങിയ തടവുകാരിൽ നാലഞ്ചുപേരെ ജനക്കൂട്ടം കല്ലെറിഞ്ഞു കൊന്നു. കുഞ്ഞാലി മരയ്ക്കാരെ ജനങ്ങൾ കാണാൻ ഇടയായാൽ ആക്രമണവും നിയമരാഹിത്യവും കൂടുതലുണ്ടാവുമെന്ന ഭയത്താൽ വൈസ്രോയ് അദ്ദേഹത്തെ രഹസ്യമായി ജയിലിലടയ്ക്കാൻ ഉത്തരവിട്ടു. ഗോവയിലെ കുപ്രസിദ്ധ തടവറയായ ട്രോൺകോയിലെ വിവിധ സെല്ലുകളിൽ കുഞ്ഞാലിമരയ്ക്കാരെയും സഹതടവുകാരെയും പാർപ്പിച്ചു. വൈസ്രോ യിയുടെ നിർദ്ദേശപ്രകാരം ജഡ്ജിമാർ വിചാരണാപ്രഹസനം നടത്തി. കുഞ്ഞാലിയുടെ 'കുറ്റകൃത്യങ്ങൾ' തെളിവ് സഹിതം സ്ഥിരീകരിക്ക പ്പെട്ടു. വിചാരണക്കോടതിയുടെ വിധി ഇങ്ങനെയായിരുന്നു: "കുഞ്ഞാലിയുടെ തല വെട്ടണം. അദ്ദേഹത്തിന്റെ മൃതദേഹം നാലായി പങ്കുവെയ്ക്കണം. മറ്റു തടവുകാരുടെയും തല വെട്ടണം". എന്നാൽ അദ്ദേഹത്തിന്റ കീഴടങ്ങൽ വ്യവസ്ഥകളും ജീവന് സുരക്ഷിതത്വം നല്കുമെന്ന വാഗ്ദാനവുമൊന്നും പരിഗണിക്കപ്പെട്ടില്ല. തന്റെ ഭാവി മുൻകൂട്ടിക്കണ്ട കുഞ്ഞാലിമരയ്ക്കാർ വിധിയുമായി പൊരുത്തപ്പെടാൻ തീരുമാനിച്ചു. തന്നോടു കാട്ടിയ ചതിയേക്കാൾ കൂടുതലായി അദ്ദേഹത്തെ ദുഃഖിപ്പിച്ചത് തന്റെ നാടിനെയും നാട്ടുകാരെയും വിജയികളായ പോർച്ചുഗീസുകാർ അടിമകളാക്കുന്നതിനെക്കുറിച്ചോർത്തായിരുന്നു.

ഒരു നൂറ്റാണ്ടുമുമ്പ് വാസ്കോഡഗാമ തുടങ്ങിവെച്ച യുദ്ധം അവസാ നിക്കണമെങ്കിൽ ഗോവയോ കോഴിക്കോടോ ശക്തമെന്ന് നിർണ്ണയിക്ക പ്പടണം. നാവികശക്തി തകർന്ന കോഴിക്കോടിന് പിടിച്ചു നില്ക്കാൻ കഴി യില്ല. ഇരിങ്ങല്പ്പാറയും വെള്ളിയാങ്കല്ലുമുൾപ്പെടെയുള്ള തന്റെ പ്രധാന സൈനികത്താവളങ്ങൾ ആ പടത്തലവൻ ഓർത്തുപോയി. പോർച്ചു ഗീസു ശക്തിയിൽ നിന്ന് താൻപിടിച്ചെടുത്ത് കോട്ടയിൽ സൂക്ഷിച്ച സിംഹാസനം, കോഴിക്കോട് നാവികസേനയെ ഫലപ്രദമായി സജ്ജീ കരിച്ച് കനം കുറഞ്ഞ നൗകകൾ കൊണ്ട് പോർച്ചുഗീസ് വാണിജ്യ ത്തിനും സമുദ്രാധിപത്യത്തിനും ഏല്പിച്ച ഉണങ്ങാത്ത മുറിവുകൾ......... രാജ്യത്തിനു വേണ്ടി ജീവത്യാഗം ചെയ്ത തന്റെ പൂർവികരെയും പിടിക്ക പ്പെടുകയും കൊല്ലപ്പെടുകയും ചെയ്ത തന്റെ അസംഖ്യം സുഹൃത്തു ക്കളെയും ബന്ധുക്കളെയും കുഞ്ഞാലി ഓർമ്മിച്ചു.

കുഞ്ഞാലിമരയ്ക്കാരും ഉമ്മയും

കുഞ്ഞാലിമരയ്ക്കാർ തന്റെ പ്രിയപ്പെട്ട മാതാവിനെ ഓർമ്മിച്ചു. ഉമ്മയുമായുള്ള അവസാന കൂടിക്കാഴ്ച, അവസാന ആലിംഗനം, അവസാനവാക്കുകൾ........... എല്ലാം കുഞ്ഞാലിയുടെ സ്മൃതിപഥത്തിൽ തെളിഞ്ഞു. കീഴടങ്ങുന്നതിനുമുമ്പ് ഉമ്മ തന്റെ കഴുത്തിൽ കിടന്ന പട്ടു റുമാൽ എടുത്തതും പോർച്ചുഗീസുകാർ ഉപദ്രവിച്ചാൽ തനിക്കൊരടയാളം അയക്കണമെന്ന് ഉമ്മ പറഞ്ഞതും കുഞ്ഞാലി വേദനയോടെ ഓർത്തു. എപ്പോഴും ധീരനായി ഇരിക്കാനും സർവ്വശക്തൻ തന്നെ മോനെ രക്ഷിക്കുമെന്ന് ഉമ്മ അനുഗ്രഹിച്ചതുമെല്ലാം കുഞ്ഞാലി രോമാഞ്ചത്തോടെ അനുസ്മരിച്ചു. ഉമ്മയുടെ മനസ്സ് എപ്പോഴും മോന്റെ കൂടെ ഉണ്ടാവുമെന്നും ഉമ്മ ആശ്വസിപ്പിച്ചിരുന്നു.

കുഞ്ഞാലിയുടെ അന്ത്യദിനങ്ങൾ

ബന്ധനസ്ഥനായി തടവറയിൽ അടയ്ക്കപ്പെട്ടിട്ടും കുഞ്ഞാലി തളർന്നില്ല. നീചരായ പോർച്ചുഗീസുകാരോട് തന്റെ പ്രിയപ്പെട്ട നാട്ടുകാർ പകരം ചോദിക്കുമെന്ന് അദ്ദേഹം ഉറച്ചു വിശ്വസിച്ചു. ഒരു നൂറ്റാണ്ടു പോർച്ചുഗീസുകാരിൽ നിന്ന് തന്റെ കുടുംബമുൾപ്പെടെയുള്ളവർ സംരക്ഷിച്ച ജന്മനാട് വീണ്ടുമൊരിക്കൽ കൂടി കാണാൻ വിധി അദ്ദേഹത്തെ അനുവദിച്ചില്ല. ഗോവയിലെ മതമേധാവികൾ കുഞ്ഞാലിയുടെ ജീവൻ രക്ഷിക്കാൻ താല്പര്യപ്പെട്ടില്ലെങ്കിലും ആത്മാവിനെ രക്ഷിക്കാൻ അളവറ്റ ശുഷ്കാന്തി പ്രകടിപ്പിച്ചു. പുരോഹിതന്മാരും മറ്റും ക്രിസ്തുമതം സ്വീകരിക്കാൻ കുഞ്ഞാലിയെ രാപ്പകൽ നിർബന്ധിച്ചുകൊണ്ടിരുന്നു. എന്നാൽ സർവ്വശക്തനിൽ എല്ലാം സമർപ്പിച്ച് പ്രാർത്ഥനയിൽ മുഴുകിയ കുഞ്ഞാലി ഇതൊന്നും ശ്രദ്ധിച്ചതേ ഇല്ല.

വധശിക്ഷ നടപ്പാക്കുന്ന ദിവസം സ്ഥലത്ത് സാധാരണക്കാരും സ്ത്രീകളുമുൾപ്പെടെയുള്ള വൻജനക്കൂട്ടമുണ്ടായിരുന്നു. ആശുപത്രിയിൽ കിടന്നിരുന്ന രോഗികൾവരെ ഊന്നുവടികളുമേന്തി പോർച്ചുഗീസ് ശക്തിയുടെ ഏറ്റവും ശക്തനായ ശത്രുവിന്റെ അന്ത്യരംഗം കാണാൻ എത്തിയിരുന്നു. വൈസ്രോയിയുടെയും ഉദ്യോഗസ്ഥരുടെയും ആർച്ചു ബിഷപ്പിന്റെയും സാന്നിദ്ധ്യത്തിൽ കുഞ്ഞാലി നിർഭയനായി കൊലക്കളത്തിൽ എത്തി. അദ്ദേഹത്തിന്റെ ധീരതയും അന്തസ്സും കണ്ട ജനക്കൂട്ടം നിശ്ശബ്ദരായി നിന്നുപോയി. ജനക്കൂട്ടത്തെ ഒന്നുനോക്കിയശേഷം നിസ്സംഗനായി കുഞ്ഞാലി ആരാച്ചാരുടെ മഴുവിന് മുമ്പിൽ തലകുനിച്ചു. അവിടെ കൂടിയ പോർച്ചുഗീസ് അനുഭാവികൾ പോലും കുഞ്ഞാലിയുടെ ധീരതയുടെയും നിശ്ചയദാർഢ്യത്തിന്റെയും മുന്നിൽ കണ്ണുനീർ തൂകി. കുഞ്ഞാലിയുടെ സഹതടവുകാരുടെ വധശിക്ഷ കുറച്ചു ദിവസം കൂടി തുടർന്നു.

ചതിയും നെറികേടും മുഖമുദ്രയാക്കിയ പോർച്ചുഗീസുകാർ കുഞ്ഞാലിയുടെ മൃതദേഹത്തോടുപോലും അനാദരവ് കാണിച്ചു. മൃതശരീരം നാലായി വെട്ടിമുറിച്ച് ഗോവയിലെ പനാജി കടപ്പുറത്ത് പല ഭാഗങ്ങളിലായി തൂണുകളിൽ നാട്ടി. ആ ധീരന്റെ ശിരസ്സ് വെട്ടിയെടുത്ത് ഉപ്പിലിട്ട് കണ്ണൂരിലെത്തിച്ച് പോർച്ചുഗീസുകാർ പരസ്യമായി മുളങ്കമ്പിൽ കുത്തിനിർത്തി പ്രദർശിപ്പിച്ചു. പോർച്ചുഗീസു സാമ്രാജ്യത്വത്തോട് ഏറ്റുമുട്ടാനൊരുമ്പെടുന്നവർക്കുള്ള ഒരു താക്കീതായിരുന്നു ഇത്.

എന്നാൽ ധീരനായ ആ പോരാളിയുടെ പോരാട്ടചരിത്രത്തിനുമേൽ കരിനിഴൽ വീഴ്ത്താൻ പോർച്ചുഗീസ് ക്രൂരതയ്ക്ക് കഴിഞ്ഞില്ല. കുഞ്ഞാലിമരയ്ക്കാർ നാലാമനെ വധിക്കാൻ കഴിഞ്ഞെങ്കിലും അദ്ദേഹത്തിന്റെ ധീരകൃത്യങ്ങൾ പാടിപ്പുകഴ്ത്തുന്ന നാടൻപാട്ടുകൾ നൂറ്റാണ്ടുകൾക്കിപ്പുറം ഇന്നും നിലനിൽക്കുന്നു. നാടിനുവേണ്ടി പൊരുതിമരിച്ച ധീരന്മാർ അനശ്വരരാണ് എന്ന വസ്തുതയാണ് ഇത് തെളിയിക്കുന്നത്.

ചരിത്രത്തിലെ സമാന സംഭവങ്ങൾ

തങ്ങളോട് സുധീരം പൊരുതിയ ധീരദേശാഭിമാനികളുടെ മൃതദേ ഹത്തോടുപോലും ക്രൂരതകാണിച്ച കഥകൾ സാമ്രാജ്യത്വ ശക്തികൾക്ക് പറയാനുണ്ട്. പിൽക്കാലത്ത് ഇംഗ്ലീഷ് ഈസ്റ്റ് ഇന്ത്യാ കമ്പനിയെ എതിർത്ത ധീര ദേശാഭിമാനി വേലുത്തമ്പി ദളവ (തിരുവിതാംകൂർ) യുടെ അനുഭാവവും വളരെയൊന്നും വ്യത്യസ്തമല്ല. ശത്രുക്കൾ പിടികൂടുമെന്നായപ്പോൾ ദളവ മണ്ണടി എന്ന സ്ഥലത്തുവെച്ച് ആത്മഹത്യ ചെയ്തു. ബ്രിട്ടീഷുകാർ ആ ധീരന്റെ മൃതശരീരം തിരുവനന്തപുരത്ത് കണ്ണമ്മൂല എന്ന സ്ഥലത്തുകൊണ്ടുവന്ന് പരസ്യമായി കഴുവേറ്റി.

ഉമ്മയുടെ പക്കലെത്തിയ സന്ദേശം

തന്റെ മകനെ പറങ്കികൾ പിടിച്ചുകൊണ്ടുപോയ ദിവസം മുതൽ ഉമ്മ പ്രാർത്ഥനയിലാണ് ദിവസങ്ങൾ കഴിച്ചത്. ഉമ്മ എന്നും പടിഞ്ഞാ റുനോക്കി സർവ്വശക്തനായ അള്ളാഹുവിനോട് തന്റെ പ്രിയപ്പെട്ട മകന് ഒരാപത്തും വരുത്തരുതേ എന്ന് പ്രാർത്ഥിക്കുമായിരുന്നു. നാഴികകൾ ക്കകലെ പുതുപട്ടണത്ത് തന്റെ മകന്റെ വരവ് പ്രതീക്ഷിച്ചിരുന്ന ഉമ്മയുടെ കാത്തിരിപ്പ് വ്യർത്ഥമായി. എന്നാൽ ഉമ്മയ്ക്ക് ഒരടയാളം ലഭിച്ചു എന്നാണ് ഐതിഹ്യം. കുഞ്ഞാലിമരയ്ക്കാരുടെ കഴുത്തിൽ ആരാച്ചാ രുടെ മഴു വീണ അതേ നിമിഷം ഉമ്മയുടെ കൈവശമുണ്ടായിരുന്ന മകന്റെ പട്ടുറുമാൽ രക്തംപകർന്ന് ചുവപ്പുനിറമായി എന്നാണ് കഥ. തന്റെ ധീരനായ പുത്രൻ ഇനി ഒരിക്കലും മടങ്ങിവരില്ലെന്ന് ഉമ്മയ്ക്ക് മനസ്സി ലായി. കോട്ടയ്ക്കലിൽ ഉമ്മയുടെ ശവകുടീരത്തിനു സമീപം കുഞ്ഞാ

ഡോ. കെ സി വിജയരാഘവൻ, ഡോ. കെ എം ജയശ്രീ

ലിയുടെ സ്മരണികാ ശവകൂടീരത്തിൽ ഈ ഉറുമാൽ സംസ്കരിച്ചി രിക്കുന്നു.

കുഞ്ഞാലി വധിക്കപ്പെട്ട നിമിഷം അദ്ദേഹം സ്ഥിരമായി കൈയിൽ ധരിക്കാറുള്ള മോതിരം കോട്ടയ്ക്കലിൽ സർവ്വശക്തനെ പ്രാർത്ഥിച്ചു കൊണ്ടിരുന്ന ഉമ്മയുടെ മടിയിൽ വന്നുവീണുവെന്നും മകന്റെ മോതിരം ഒരു ഞെട്ടലോടെ കണ്ട ഉമ്മ അതുമെടുത്ത് ഭയത്തോടും ദുഃഖത്തോടും കൂടി പള്ളിയെ ലക്ഷ്യമാക്കി ഓടിയെന്നും മറ്റൊരു കഥയുണ്ട്.

വീരാരാധനയുടെ കാലഘട്ടത്തിൽ നാടിനും നാട്ടുകാർക്കും വേണ്ടി ജീവൻ ബലിയർപ്പിക്കുന്ന ധീരന്മാരെപ്പറ്റി ഇത്തരം അത്ഭുതകഥകൾ പല സ്ഥലങ്ങളിലും പ്രചാരത്തിലുണ്ട്. അമ്മയും മകനും തമ്മിലുള്ള അഗാധമായ സ്നേഹത്തിന്റെ പ്രതീകവുമാണ് എത്രയോ നാഴിക അകലെ കഴിയുന്ന അമ്മയ്ക്ക് മകന്റെ മരണവാർത്ത ചില സൂചനകളി ലൂടെ ലഭിച്ചുഎന്ന കഥ. ദൈവിക പരിവേഷം നല്കിയും പണ്ടുകാലത്ത് സമൂഹം ഇത്തരം വീരനായകന്മാരെ ആദരിച്ചിരുന്നു.

നാടൻ സാങ്കേതികവിദ്യ യൂറോപ്യൻ സാമ്രാജ്യത്വത്തെ വെല്ലുവിളി ക്കുന്നു:

പടക്കപ്പലുകൾക്കെതിരെ പടപൊരുതിയ നാടൻ വള്ളങ്ങൾ

പോർച്ചുഗീസ് കപ്പലുകൾക്ക് കുഞ്ഞാലിമാരുടെ ചെറുവള്ളങ്ങൾ

പതിനാറാം നൂറ്റാണ്ടിലെ പായക്കപ്പൽ

വൻഭീഷണിയായിരുന്നു. ഇവയ്ക്ക് ഇടുങ്ങിയ ജലമാർഗ്ഗത്തിൽ കൂടിയും കടലിലെ ആഴം കുറഞ്ഞഭാഗങ്ങളിൽ കൂടിയും സഞ്ചരിക്കുവാൻ എളുപ്പമായിരുന്നു. ഇത്തരം അനേകം യുദ്ധത്തോണികൾ തന്ത്രപ്രധാനമായ കേന്ദ്രങ്ങളിൽ കുഞ്ഞാലിമാർ സജ്ജീകരിച്ച് മിന്നലാക്രമണം നടത്തി. കേരളത്തെ കൊള്ളയടിക്കാനായി അറബിക്കടലിലൂടെ വൻ സന്നാഹത്തോടെ മുന്നോട്ട് നീങ്ങിയ പറങ്കിപ്പടയുടെ പടുകൂറ്റൻ പടക്കപ്പലുകളെ കുഞ്ഞാലിമരയ്ക്കാർമാരുടെ വള്ളങ്ങൾ തകർക്കുന്ന അത്ഭുതകരമായ കാഴ്ചകണ്ട് നാവിക ലോകം തന്നെ അമ്പരന്നു. മിന്നൽ വേഗതയിൽ കുതിക്കുന്ന വള്ളങ്ങളെ നേരിടാൻ കഴിയാതെ പോർച്ചുഗീസ് പടക്കപ്പലുകൾ അറബിക്കടലിൽ വിറച്ചുനിന്നു. പീരങ്കികൾ നിറച്ചുവെച്ചിരുന്ന പറങ്കിക്കപ്പലുകളിലേക്ക് കുഞ്ഞാലിമാരുടെ വള്ളങ്ങളിൽ നിന്ന് തീപ്പന്തങ്ങൾ വലിച്ചെറിഞ്ഞപ്പോൾ പോർച്ചുഗീസ് കപ്പലുകൾ കത്തിച്ചാമ്പലായി.

ചെറു ഉൾക്കടലിൽ നിന്നും തീരെ അപ്രധാനമായ നദീമുഖങ്ങളിൽ നിന്നും ഈ തോണികൾ പോർച്ചുഗീസ് കപ്പലുകളെ നിരന്തരം ആക്രമിച്ച് അവയ്ക്ക് വൻനാശം വരുത്തുകയും ഞൊടിയിടയിൽ കടലിന്റെ ആഴം കുറഞ്ഞഭാഗത്തേക്ക് സുരക്ഷിതമായി മടങ്ങുകയും ചെയ്തു. ഇത്തരം ഗറില്ലാ ആക്രമണങ്ങളിൽ മരയ്ക്കാർമാർ അസാമാന്യമായ ധീരതയാണ് പ്രദർശിപ്പിച്ചത്.

കൂറ്റൻ പടക്കപ്പലുകളെ നാടൻ വള്ളങ്ങൾ കൊണ്ട് എതിർത്തു തോല്പ്പിച്ച കുഞ്ഞാലിമരയ്ക്കാർമാരുടെ ധീരമായ പോരാട്ടത്തിന്റെ ചരിത്രം, ബ്രിട്ടീഷ് സാമ്രാജ്യ ശക്തിയുടെ തോക്കിനെ നാടൻ സാങ്കേതിക വിദ്യയുടെ പ്രതീകമായ അമ്പുകൊണ്ട് നേരിട്ട ഒളിപ്പോർ യുദ്ധപ്പോരാളിയും ധീരദേശാഭിമാനിയുമായ പഴശ്ശിരാജയുടെതിന് സമാനമാണ്.

ഇടറുന്ന പ്രതിരോധം ചുവടുറപ്പിക്കുന്ന സാമ്രാജ്യത്വം

ഗുജറാത്ത് മുതൽ സിലോൺവരെ വിജയ പതാക പാറിപ്പറപ്പിക്കുകയും പോർച്ചുഗീസുകാരെ കിടിലം കൊള്ളിക്കുകയും ചെയ്ത ഒരു നൂറ്റാണ്ടോളം നീണ്ടുനിന്ന കോഴിക്കോടിന്റെ ധീരമായ നാവിക പാരമ്പര്യത്തിന് കുഞ്ഞാലി നാലാമന്റെ അന്ത്യത്തോടെ തിരശ്ശീല വീണു. കുഞ്ഞാലി ഭയപ്പെടുകയും ദുഃഖിക്കുകയും ചെയ്ത പോലെ സാമൂതിരിയുടെയും കോഴിക്കോടിന്റെയും പ്രതാപവും പല പരിണാമങ്ങൾക്കും വിധേയമായി തിരോഭവിച്ചു. പോർച്ചുഗീസുകാർ, ഡച്ചുകാർ, ഇംഗ്ലീഷ് ഈസ്റ്റിന്ത്യാകമ്പനി എന്നീ ക്രമത്തിൽ കോഴിക്കോട് മാറി മാറി അധീശത്വം അനുഭവിച്ചു. അവസാനം ഇംഗ്ലീഷ് ഈസ്റ്റിന്ത്യാ കമ്പനി മലബാർ മുഴുവൻ ഏറ്റെടുത്തതോടെ സാമൂതിരി രാജവംശത്തിന്റെ ഭരണവും അവസാനിച്ചു.

1947 ആഗസ്റ്റ് 15ന് ഇന്ത്യ ബ്രിട്ടീഷ് ആധിപത്യത്തിൽ നിന്ന് സ്വതന്ത്രമായപ്പോഴും പഴയ പോർച്ചുഗീസ് ആധിപത്യത്തിന്റെ അവശിഷ്ടങ്ങളായി

ഡോ. കെ സി വിജയരാഘവൻ, ഡോ. കെ എം ജയശ്രീ

ഗോവയും ഡിയുവും ഡാമനും അവശേഷിച്ചു. അവസാനം 1961ൽ ഇന്ത്യാ ഗവൺമെന്റ് സൈനിക നടപടികൾ വഴിയാണ് ഈ പ്രദേശങ്ങൾ മോചിപ്പിച്ചത്. ആദ്യം ഇന്ത്യയിലെത്തിയ സാമ്രാജ്യത്വ ശക്തി ഒഴിഞ്ഞു പോയത് ഏറ്റവും അവസാനമാണ്. പോർച്ചുഗീസ് ആധിപത്യത്തിന്റെ അവസാന അവശിഷ്ടവും വിട പറഞ്ഞപ്പോൾ അധിനിവേശ ശക്തിക്കെ തിരെ വിട്ടുവീഴ്ചയില്ലാത്ത പോരാട്ടം നടത്തി രക്തസാക്ഷിത്വം വരിച്ച കുഞ്ഞാലി നാലാമന്റെ സ്വപ്നം സഫലമായി.

5

പോർച്ചുഗീസ് അധിനിവേശ ഭീകരത

'പറങ്കി' എന്ന പദം 'farangi' എന്ന പദത്തിൽനിന്നാണ് ഉദ്ഭവിച്ചത്. 'farangi' എന്ന പദത്തിനർത്ഥം പാശ്ചാത്യർ അഥവാ പോർച്ചുഗീസുകാർ എന്നാണ്. 15-ാം നൂറ്റാണ്ടിൽ കേരളത്തിൽ നിലനിന്ന രാഷ്ട്രീയ അനൈക്യം ഉപയോഗപ്പെടുത്തി ജനങ്ങളെ ഭിന്നിപ്പിച്ച് തമ്മിലടിപ്പിച്ച് കേരളത്തെ കോളനിയാക്കിമാറ്റാൻ പോർച്ചുഗീസ് ശക്തി ശ്രമിച്ചു. കേരളത്തിൽ ആധിപത്യമുറപ്പിക്കാൻ പ്രബലരും ശക്തരുമായ നാടുവാഴികൾക്കെതിരെ ചെറിയ നാടുവാഴികളെ സ്വാധീനിച്ച് അവരെ കൂടെ നിർത്തുക എന്ന തന്ത്രമാണ് പോർച്ചുഗീസുകാർ സ്വീകരിച്ചത്.

എ ഡി 1498 വരെ കേരളത്തിലെത്തിയ വിവിധ രാജ്യക്കാരായ വർത്തകർ ആരുംതന്നെ നാടിന്റെ രാഷ്ട്രീയാധികാരത്തിൽ കണ്ണുവെച്ചിരുന്നില്ല. അവർ നൂറ്റാണ്ടുകളോളം കേരളവുമായി വ്യാപാരബന്ധം തുടരുകയും നാട്ടുകാരുമായി ഉറ്റ സൗഹൃദം പുലർത്തുകയും ചെയ്തു. എന്നാൽ സമാധാനത്തിന്റെയും ശാന്തിയുടേതുമായ അന്തരീക്ഷം പോർച്ചുഗീസുകാരുടെ വരവോടെ കലങ്ങിമറിഞ്ഞു. വാണിജ്യക്കുത്തക ലക്ഷ്യമിട്ട പോർച്ചുഗീസുകാർക്ക് ധാർമ്മികമൂല്യങ്ങളോട് ഒട്ടും ബഹുമാനമുണ്ടായിരുന്നില്ല.

പോർച്ചുഗീസുകാരുടെ വരവോടെ വാണിജ്യസംസ്കാരത്തിന്റെ അടിത്തറയിൽ വളർന്നുവന്ന ചരിത്രകാരന്മാർ വിശേഷിപ്പിക്കുന്ന 'പരസ്പരാശ്രിത സാമൂഹികത' വെല്ലുവിളിയെ നേരിട്ടു. മലബാറിൽ വ്യാപാരി സംഘങ്ങൾ പണിതുയർത്തിയ പരസ്പരാശ്രിതത്വഭാവം ക്ഷയിച്ചു തുടങ്ങിയത് വാസ്കോഡഗാമയുടെ വരവോടെയാണെന്ന് ചരിത്രം സാക്ഷ്യപ്പെടുത്തുന്നു. കോഴിക്കോട്ടങ്ങാടിയിൽ ഗുജറാത്തികളെയും, അറബി, ഇറ്റാലിയൻ, ജർമ്മൻ, വെനീഷ്യൻ തുടങ്ങിയ ഭാഷകൾ

ഡോ. കെ സി വിജയരാഘവൻ, ഡോ. കെ എം ജയശ്രീ

സംസാരിക്കുന്ന വിദേശ വ്യാപാരികളെയും ഗാമ കണ്ടു. വിവിധ സംസ്കാരങ്ങൾ അലിഞ്ഞുചേർന്ന ബഹുസ്വര സമൂഹമായിരുന്നു കോഴിക്കോട് വളർന്നുവന്നത്. പോർച്ചുഗീസുകാരുടെ അധിനിവേശകാലം വരെ കോഴിക്കോട്ടെ മുസ്ലിങ്ങൾക്ക് ആയുധം കൈയിലേന്തേണ്ടിവന്നിട്ടില്ല. വ്യാപാരിസമൂഹം ബഹുസാംസ്കാരികവും ബഹുദേശീയവുമായിരുന്നു. മതസൗഹാർദ്ദത്തിന്റേയും മതനിരപേക്ഷതയുടേയും വേരുകൾ തകർത്ത് ഇന്ത്യാസമുദ്രം കുത്തകയാക്കി ഇവിടെ അധിനിവേശമുറപ്പിക്കാൻ തന്ത്രങ്ങൾ ആവിഷ്കരിച്ച പോർച്ചുഗീസുകാർ അവരെ എതിർക്കുന്ന ഇന്ത്യൻ നാവികസേനകളേയും ക്യാപ്റ്റന്മാരെയും 'കടൽക്കൊള്ളക്കാർ' എന്നാണ് വിളിക്കാറുള്ളത്.

16-ാം നൂറ്റാണ്ടിൽ കച്ചവടവും കൊള്ളയുമായി വലിയ വ്യത്യാസ മൊന്നും പുലർത്താത്ത പോർച്ചുഗീസുകാർ തന്നെയാണ് യഥാർത്ഥ ത്തിൽ 'കടൽക്കൊള്ളക്കാർ' എന്ന പേരിന് ഏറ്റവും അർഹരായിട്ടുള്ളവർ. പോർച്ചുഗീസുകാരുടെ കടൽക്കൊള്ളകളും ചെയ്തികളും അതിക്രൂരമാ യിരുന്നു എന്ന വസ്തുത പോർച്ചുഗീസ് ചരിത്രകാരന്മാർപോലും സമ്മ തിക്കുന്നു.

ഗാമ തന്റെ രണ്ടാമത്തെ വരവിൽ ഏഴിമലയ്ക്കടുത്തുവെച്ചു നടത്തിയ അത്തരമൊരു കടൽക്കൊള്ളയെപ്പറ്റിയുള്ള വിവരണം പോർച്ചുഗീസ് ചരിത്രകാരൻ കോറിയ നൽകിയത് ഒ കെ നമ്പ്യാർ എടു ത്തു പറയുന്നു ('പോർച്ചുഗീസ് കടൽക്കള്ളന്മാരും ഇന്ത്യൻ നാവികരും').

ഇതേ സംഭവം ഗുണ്ടർട്ടും രേഖപ്പെടുത്തുന്നുണ്ട്. മാടായി അഴിമു ഖത്ത് തന്റെ കപ്പലുകൾ നങ്കൂരമിട്ട ഗാമ, കോഴിക്കോട്ടേക്കുള്ള ഒരു കപ്പൽ മെക്കയിൽനിന്ന് മാടായിവഴിക്ക് വരുന്നതായി കണ്ടു. പ്രസ്തുത കപ്പലിൽ അളവറ്റ സമ്പത്തുണ്ടായിരുന്നു. പോർച്ചുഗീസ് കപ്പലുകൾ, മെക്കാ കപ്പലിനെ ചെന്നുവളഞ്ഞ്, അവിടെത്തന്നെ നങ്കൂരമിടാൻ കല്പിച്ചു. കപ്പലാക്രമിച്ച് കൊള്ളയടിക്കാൻ പോർച്ചുഗീസ് അധികൃതർ ഉത്തരവിട്ടു. മെക്കാക്കപ്പലിൽ സ്ത്രീകളും കുട്ടികളുമടക്കം നാനൂറ് തീർത്ഥാടകരുണ്ടാ യിരുന്നു. കോഴിക്കോട്ടെ തുറമുഖപ്രതിനിധിയുടെ സഹോദരനായ കപ്പലുടമയും അക്കൂട്ടത്തിലുണ്ടായിരുന്നു. തങ്ങളുടെ ജീവനു പകരമായി കപ്പലിലെ സമ്പത്തുമുഴുവൻ വിട്ടുകൊടുക്കാമെന്ന് യാത്രക്കാർ പോർച്ചു ഗീസ് അധികാരികളെ അറിയിച്ചു. സാമൂതിരിയെ സന്ദർശിക്കാൻ കോഴി ക്കോട്ടേക്കു പോകുന്ന ഈജിപ്ത് സുൽത്താന്റെ സ്ഥാനാധിപതിയും കപ്പലിലുണ്ടായിരുന്നു. തന്റെയും സഹയാത്രികരുടേയും ജീവൻ രക്ഷി ക്കാൻവേണ്ടി പോർച്ചുഗീസുകാർക്കാവശ്യമായ കുരുമുളകും സുഗന്ധ വ്യഞ്ജനങ്ങളും കോഴിക്കോട്ടെത്തിയാൽ സൗജന്യമായി നൽകാമെന്ന് അദ്ദേഹം ഉറപ്പുനല്കി. ഈ അഭ്യർത്ഥനയോ, കപ്പലിലെ അമ്പതോളം സ്ത്രീകളുടേയും കുട്ടികളുടേയും ദയനീയവിലാപങ്ങളോ, ഗാമയുടെ ക്രൂരഹൃദയത്തെ അശേഷം ഇളക്കിയില്ല. എല്ലാ ആയുധങ്ങളും അടിയറ വെപ്പിച്ചശേഷം പോർച്ചുഗീസുകാർ മെക്കാ കപ്പൽ കൊള്ള ചെയ്യുകയും

യാത്രക്കാരെ അടച്ചുപൂട്ടി കപ്പലിന് തീ വെയ്ക്കുകയും ചെയ്തു. എന്നാൽ മെക്കാ കപ്പലിലുള്ളവർ, തീ തല്ലിക്കെടുത്തി അവശേഷിച്ച അല്പം ആയുധങ്ങളുപയോഗിച്ച് പോർച്ചുഗീസുകാരെ ചെറുത്തു. സ്ത്രീകൾ സ്വർണ്ണാഭരണങ്ങൾ അഴിച്ചുനീട്ടിയും സ്വന്തം കുഞ്ഞുങ്ങളെ കാണിച്ചും ഗാമയോട് ദയയ്ക്കുവേണ്ടി യാചിച്ചെങ്കിലും ഫലമുണ്ടായില്ല. എട്ടു രാപ്പകലുകൾ പോർച്ചുഗീസുകാർ മെക്കാക്കപ്പലിനകത്തേക്ക് വെടി ഉതിർത്തു. അതിനുശേഷം കപ്പലിന് തീ വെയ്ക്കുകയും യാത്രക്കാർ മുഴുവൻ വെന്തുമരിക്കുകയും ചെയ്തു (അവലംബം: *കേരളപ്പഴമ*, ഡോ. ഹെർമൻ ഗുണ്ടർട്ട്).

തുടർന്ന് ഗാമ കോഴിക്കോട്ടെത്തി. പോർച്ചുഗീസുകാർ മാടായിയിൽ നടത്തിയ കൂട്ടക്കൊലയെപ്പറ്റി യാതൊന്നുമറിയാത്ത സാമൂതിരി ഗാമയ്ക്ക് ഒരു സൗഹൃദസന്ദേശമയച്ചു. ഇതവഗണിച്ചുകൊണ്ട് തനിക്ക് നഷ്ടപ രിഹാരം വേണമെന്നും എല്ലാ മുസ്ലീങ്ങളേയും നാടുകടത്തണമെന്നും ഗാമ ആവശ്യപ്പെട്ടു. സാമൂതിരി ഇതു നിരാകരിച്ചതോടെ പോർച്ചുഗീസ് കപ്പൽവ്യൂഹം കോഴിക്കോട് ശക്തമായ പീരങ്കിയാക്രമണം ആരംഭിച്ചു. തങ്ങളുടെ കൈവശമുള്ള അല്പം ചില തോക്കുകൾ കോഴിക്കോട്ടുകാർ പോർച്ചുഗീസുകാർക്കുനേരെ പ്രയോഗിച്ചെങ്കിലും വെടിമരുന്നു മോശമായതിനാൽ ഫലിച്ചില്ല. ഈ അവസരത്തിൽ അരി കയറ്റിയ ഇരുപത്തിനാല് കപ്പലുകൾ അവിടെയെത്തിയത് ഗാമയുടെ ശ്രദ്ധയിൽ പെടുകയും കപ്പലുകളും അതിലുണ്ടായിരുന്ന എണ്ണൂറ് ആളുകളെയും തടവുകാരാക്കി പിടിക്കുകയും ചെയ്തു. തടവുകാരുടെ കൈയും കാതും മൂക്കും വെട്ടിയെടുത്തു. കാലുകൾ കൂട്ടിക്കെട്ടി. പല്ലുപയോഗിച്ച് കെട്ടഴിക്കാതിരിക്കാൻ പല്ലുകളെല്ലാം തല്ലിക്കൊഴിച്ചു. ഇവരെ കപ്പൽ ത്തട്ടിൽ കൂട്ടിയിട്ട് പായകളും ഓലകളും കൊണ്ട് മൂടി തീക്കൊളുത്തി കരയിലേക്കുവിട്ടു. സാമൂതിരിയുടെ ദൗത്യവുമായി ഗാമയെ സന്ദർശിച്ച ഒരു ബ്രാഹ്മണനെയും ഗാമ വെറുതെവിട്ടില്ല. ദൂതനായ ബ്രാഹ്മണന്റെ കൈയും മൂക്കും മുറിച്ചു. തടവുകാരുടെ മുറിച്ചെടുത്ത അവയവങ്ങളുമായി സാമൂതിരിക്കുള്ള ഒരു താളിയോലയും ബ്രാഹ്മണന്റെ കഴുത്തിൽ കെട്ടിത്തൂക്കി ഒരു വഞ്ചിയിൽ അദ്ദേഹത്തെ കരയിലേക്കയച്ചു. ബ്രാഹ്മ ണൻ കൊണ്ടുവരുന്നസാധനങ്ങൾകൊണ്ട് കറിയുണ്ടാക്കിക്കഴിക്കാൻ നിർദ്ദേശിക്കുന്നതായിരുന്നു താളിയോല (അവലംബം: 'Medieval Kerala', Raja P K S).

ചരിത്രത്തിൽ വേറെ കാണാത്ത തരത്തിലുള്ള ഈ ക്രൂരതയെപ്പറ്റി കേട്ടപ്പോൾ സാമൂതിരി 'തന്റെ രാജ്യം മുഴുവൻ ബലി കഴിച്ചും' പോർച്ചു ഗീസുകാരോട് പൊരുതുമെന്ന് ശപഥം ചെയ്തു (അവലംബം: 'A History of Kerala', K M Panikkar). ഗാമയുടെ ഇത്തരം ക്രൂരതകൾ നിരീക്ഷിച്ചുകൊണ്ട് "ഗാമ മനുഷ്യരൂപമുള്ള പിശാചായിരുന്നു" എന്ന് വില്യം ലോഗൻ രേഖപ്പെടുത്തുന്നു.

16-ാം നൂറ്റാണ്ടിന്റെ മദ്ധ്യത്തോടെ പോർച്ചുഗീസുകാർ മര്യാദയുടെ

എല്ലാ അതിരുകളും ഭേദിച്ച് അവരുടെ സുഹൃത്തുക്കളായ ഇന്ത്യൻ രാജാ ക്കന്മാരോടുപോലും ശത്രുത പുലർത്താൻ തുടങ്ങി. 1565ൽ തളിക്കോട്ട യുദ്ധത്തിനുശേഷമുള്ള വിജയനഗരസാമ്രാജ്യത്തിന്റെ പതനം പോർച്ചു ഗീസ് കേന്ദ്രമായ ഗോവയിലെ വ്യാപാരം ക്ഷയിക്കാൻ കാരണമായി. എന്നാൽ ഇതോടൊപ്പം പോർച്ചുഗീസ് കടൽക്കൊള്ളയുടെ ഒരു പുതിയ ഘട്ടം ആരംഭിച്ചു. ഇതിന് രഹസ്യമായ ഔദ്യോഗിക അനുമതിയുമു ണ്ടായിരുന്നു എന്നതാണ് വിചിത്രം. ക്യാപ്റ്റൻ മെസ്ക്യൂറ്റോ ഇരുപത്തി നാല് കപ്പലുകൾ പിടിച്ചെടുത്ത് കപ്പൽക്കാരെ മുഴുവൻ വധിച്ചു. പോർ ച്ചുഗീസുകാർ 1560 മുതൽ ഇന്ത്യയിലേക്കയച്ച ഉദ്യോഗസ്ഥർ ധർമ്മബു ദ്ധിയോ നീതിബോധമോ തീണ്ടാത്ത ക്രൂരന്മാരായിരുന്നു എന്ന വസ്തുത പല പൈശാചിക കൃത്യങ്ങളും അരങ്ങേറാൻ കാരണമായി. ക്രൂരതകൾ ക്കെതിരെ പരാതി ബോധിപ്പിക്കുന്ന ഇന്ത്യൻ ഭരണാധികാരികളോട് നല്ല രീതിയിൽ പ്രതികരിക്കുന്ന പോർച്ചുഗീസ് ഗവർണ്ണർമാർ കുറ്റക്കാരെ ശി ക്ഷിക്കാമെന്ന് ഉറപ്പുനല്കും. എന്നാൽ പരാതിക്കാർ യാത്ര പറയുന്ന തോടെ കുറ്റവാളികൾക്ക് സമ്മാനം നല്കി സന്തോഷിപ്പിച്ച് വെറുതെ വിടും.

ശ്രീലങ്കയിൽ പോർച്ചുഗീസുകാർ നടത്തിയ പൈശാചിക കൃത്യ ങ്ങൾ അധിനിവേശത്തിന്റെ ഭീകരമുഖം വെളിപ്പെടുത്തുന്നു. താട്ടയിൽ ഒറ്റ രാത്രി നടത്തിയ കൊള്ളയ്ക്കിടയിൽ പോർച്ചുഗീസുകാർ വധിച്ച ആളുകളുടെ എണ്ണം അസംഖ്യമാണ്. തെർനാട്ടെ രാജകുടുംബത്തെയും രാജാവിനെയും നീണ്ടകാലം അപമാനിച്ചപ്പോൾ ഡുവാത്തെ ഡി എക്ക എന്ന ക്യാപ്റ്റനെ പോർച്ചുഗീസ് പട്ടാളക്കാർപോലും ചോദ്യംചെയ്തു. അവരുടെ കലാപം കാരണം രാജകുടുംബത്തെ വിട്ടയയ്ക്കേണ്ടിവന്നു. രാജസിംഹൻകോട്ട ഉപരോധിച്ചുനിന്ന ചെറുത്തുനില്പിന്റെ അവസാനം തടിച്ചുകൊഴുത്ത ശവങ്ങളിൽ നാനൂറ് എണ്ണം തിരഞ്ഞെടുത്ത് മുറിച്ച് ഉപ്പിട്ടുണക്കി സൂക്ഷിക്കാൻ മാത്രം ക്രൂരനായിരുന്നു പെദ്രോഡി അറ്റെയിസ്!

16-ാം നൂറ്റാണ്ടിന്റെ അന്ത്യത്തിൽ അസ്വേഡോ എന്ന പോർച്ചു ഗീസുകാരൻ ക്രൂരതയുടെ പര്യായമായി വിലസി. ചോരക്കുഞ്ഞുങ്ങൾ കാലിട്ടടിച്ചുനിലവിളിക്കുന്നത് കേൾക്കുന്നതായിരുന്നത്രെ അയാളുടെ ഏറ്റവും വലിയ സന്തോഷം. ഇതിനുവേണ്ടി അയാൾ ശ്രീലങ്കയിലെ ഗല്ല പ്രദേശത്തെ അമ്മമാരെ സ്വന്തം കുഞ്ഞുങ്ങളെ ഉരലിലിട്ടിടിക്കാൻ നിർബ്ബന്ധിച്ചു. പോർച്ചുഗീസ് ഭാഷയിൽ 'ഗല്ല' എന്നറിയപ്പെടുന്ന ഒരു പക്ഷിയുണ്ട്. ഈ പക്ഷിയുടെ കരച്ചിൽപോലെയായിരുന്നു കുത്തിച്ചതയ് ക്കുമ്പോൾ ചോരക്കിടാങ്ങളുടെ ആർത്തനാദം. ക്രൂരനായ ഈ മനുഷ്യ നാണ് 'ഗല്ല' എന്ന പേർ ഈ സ്ഥലത്തിനു നല്കിയത്.

പോർച്ചുഗീസുകാർ അധിനിവേശത്തിന്റെ ഭാഗമായി ചതിയും ക്രൂരതയും ഏതറ്റംവരെ ഉപയോഗപ്പെടുത്തുമെന്ന് മേല്പ്പറഞ്ഞ സംഭവങ്ങൾ തെളിയിക്കുന്നു. അവസരമൊത്താൽ ജനങ്ങളെ മാത്രമല്ല,

ഭരണാധികാരികളെപ്പോലും ചതിക്കാൻ അവർ മടികാട്ടിയിരുന്നില്ല. പോർച്ചുഗീസുകാർക്കെതിരെ സാമൂതിരിയെ സഹായിക്കാൻ തയ്യാറായ ഗുജറാത്ത് സുൽത്താൻ ബഹദൂർഷായുടെ അനുഭവം പോർച്ചുഗീസ് ശക്തിയുടെ കൊടുംചതിയുടെ മറ്റൊരു ദൃഷ്ടാന്തമാണ്. അസുഖം ബാധിച്ച് കപ്പലിൽ കഴിയുന്ന തന്നെ, ഒന്നു വന്നുകാണുവാൻ പോർച്ചു ഗീസ് ക്യാപ്റ്റൻ മാനുവൽ ഡിസൂസ, സുൽത്താൻ ബഹദൂർഷായോട് അപേക്ഷിച്ചപ്പോൾ അദ്ദേഹം ചതി പ്രതീക്ഷിച്ചതേ ഇല്ല. സുൽത്താൻ കപ്പലിൽച്ചെന്ന് ക്യാപ്റ്റനെക്കണ്ട് സംസാരിച്ചുമടങ്ങുന്ന അവസരത്തിൽ പോർച്ചുഗീസുകാർ ധീരനായ സുൽത്താനെ ചതിച്ചുകൊന്നു. സുൽ ത്താൻ പോർച്ചുഗീസ് കപ്പലിൽനിന്ന് സ്വന്തം ബോട്ടിലേക്ക് കയറുമ്പോൾ ഒരു പോർച്ചുഗീസ് ഭടൻ അദ്ദേഹത്തിന്റെ തലയിൽ ഒരു ഈട്ടി എടുത്തിട്ട് അദ്ദേഹത്തെ അപായപ്പെടുത്തി. തുടർന്നു പോർച്ചുഗീസ് ഭടന്മാരും സുൽത്താന്റെ അംഗരക്ഷകരുമായി നടന്ന ഏറ്റുമുട്ടലിൽ പോർച്ചുഗീസ് ക്യാപ്റ്റൻ വധിക്കപ്പെട്ടു. ഈ സംഭവം നടന്നത് 1536-37 കാലത്താണ് (അവലംബം: 'പോർച്ചുഗീസ് കടൽക്കള്ളന്മാരും ഇന്ത്യൻ നാവികരും, ഒ കെ നമ്പ്യാർ).

പോർച്ചുഗീസ് അധികാരികളുടെ കൗശലവും വഞ്ചനയും ക്രൂരതയും സൂക്ഷ്മമായി നിരീക്ഷിച്ച സമകാലിക കേരളീയ ചരിത്രകാരനായ ശൈഖ് സൈനുദ്ദീൻ വ്യാപാരതാല്പര്യങ്ങൾക്കുവേണ്ടി അവർ ഏതു മാർഗ്ഗവും അവലംബിക്കുമെന്ന് ചൂണ്ടിക്കാട്ടുന്നു. കപടതന്ത്രജ്ഞരായ പോർച്ചുഗീസ് അധികാരികൾ അത്യാവശ്യഘട്ടങ്ങളിൽ ശത്രുക്കളോടു പോലും സൗഹൃദഭാവത്തിൽ പെരുമാറിയിരുന്നു. എന്നാൽ ലക്ഷ്യം നേടി ക്കഴിഞ്ഞാൽ എതിരാളികളോട് നിന്ദ്യമായി പെരുമാറാനും അവർ മടിച്ചി രുന്നില്ല. കോഴിക്കോട് കോട്ടകെട്ടി തങ്ങളുടെ നില ഭദ്രമാക്കിയശേഷം പോർച്ചുഗീസ് രാജാവ് കൊടുത്തയച്ച വിലപിടിച്ച സമ്മാനങ്ങൾ നല് കാനെന്ന ഭാവത്തിൽ അവർ സാമൂതിരിയെ കോട്ടയിലേക്കു ക്ഷണിച്ചു. അവരുടെ ലക്ഷ്യം സാമൂതിരിയെ തടവിലിടുക എന്നതായിരുന്നു. കോട്ടയിലെത്തിയ സാമൂതിരിക്ക് മാന്യനായ ഒരു പോർച്ചുഗീസുകാരൻ അപകടസൂചന നല്കിയതിനാൽ സാമൂതിരി രക്ഷപ്പെട്ടു.

മുസ്ലിങ്ങളോട് അത്യധികം നിന്ദ്യവും നീചവുമായ രീതിയിലാണ് പോർച്ചുഗീസ് അധികാരികൾ പെരുമാറിയത് എന്ന വസ്തുതയും സൈനുദ്ദീൻ വ്യക്തമാക്കുന്നു. മുസ്ലിങ്ങളെ കാരണമില്ലാതെ മർദ്ദിക്കുക, അപമാനിക്കുക, കച്ചവടയാത്രകളെയും തീർത്ഥാടനയാത്രകളെയും നിരോധിക്കുക, ധനവും സാധനങ്ങളും കൊള്ളയടിക്കുക, അവരെ പിടികൂ ടി അടിമകളാക്കുക തുടങ്ങിയ പലതും പോർച്ചുഗീസ് ചെയ്തികളാ യിരുന്നു.

സാമൂതിരിമാരുടെയും മരയ്ക്കാർമാരുടെയും യുദ്ധമര്യാദ

പോർച്ചുഗീസ് ക്രൂരത വിലയിരുത്തുമ്പോൾ മറുഭാഗത്ത് സാമൂതിരി

ഡോ. കെ സി വിജയരാഘവൻ, ഡോ. കെ എം ജയശ്രീ

യുടെയും കുഞ്ഞാലിമരയ്ക്കാർമാരുടെയും യുദ്ധമര്യാദകൾ കൂടി പരാമർശവിധേയമാകണം.

ചാലിയത്തെ പോർച്ചുഗീസ്കോട്ട പിടിച്ചെടുത്ത സാമൂതിരി, കോട്ടയി ലുണ്ടായിരുന്നവരോട് അനുഭാവപൂർവം പെരുമാറി. കോട്ടയിലെ സ്ത്രീ പുരുഷന്മാരെ മുഴുവൻ കപ്പലിൽ കയറി രക്ഷപ്പെടുവാൻ സാമൂ തിരി അനുവദിച്ചു. പോർച്ചുഗീസുകാരാകട്ടെ, ചാലിയംകോട്ട രക്ഷിച്ചു നിന്ന എൺപത് വയസ്സുള്ള വൃദ്ധനായ പോർച്ചുഗീസ് ക്യാപ്റ്റനെ ചാലിയം അടിയറവെച്ച കുറ്റത്തിന് തൂക്കിലേറ്റുകയാണ് ചെയ്തത്!

1564 പോർച്ചുഗീസുകാർ കടലോരത്ത് ഭീതി വിതച്ച കാലമായിരുന്നു. കണ്ണൂർക്കാരനായ ഒരു നാവികന്റെ മരണത്തിനു പ്രതികാരം ചോദിക്കാൻ ആലിരാജായുടെ പിന്തുണയോടെ ഹിന്ദുക്കളും മുസ്ലിങ്ങളുമുൾപ്പെട്ട സൈന്യം പോർച്ചുഗീസ് കോട്ട വളഞ്ഞ് കപ്പലുകൾ നശിപ്പിച്ചു. ഇവരെ സഹായിക്കാൻ കുഞ്ഞാലി രണ്ടാമന്റെ നേതൃത്വത്തിൽ സാമൂതിരി കപ്പൽ വ്യൂഹത്തെ അയച്ചു. കണ്ണൂരിലെ പോർച്ചുഗീസുകാരെ സഹായിക്കാനായി ഗോവയിൽനിന്നു പൗലോ ഡി ലിമയുടെ നേതൃത്വത്തിൽ കപ്പൽ വ്യൂഹവു മെത്തി. കുഞ്ഞാലി മരയ്ക്കാർ ഈ വ്യൂഹത്തെ ആക്രമിച്ച് പരാജയപ്പെടു ത്തി ഗോവയിലേക്ക് തിരിച്ചയച്ചു. ശത്രുക്കളെ മുഴുവൻ കൊന്നൊടുക്കാ നോ, അപമാനിക്കാനോ എളുപ്പമായിരുന്നെങ്കിലും പരാജിതരെ ഇല്ലായ്മ ചെയ്യാൻ കുഞ്ഞാലിമരയ്ക്കാരുടെ ധർമബോധം അദ്ദേഹത്തെ അനുവദി ച്ചില്ല. ശത്രുവാണെങ്കിലും പരാജിതനോട് നീതിപുലർത്തുക എന്ന യുദ്ധമര്യാദയാണ് മരയ്ക്കാർമാർ പിന്തുടർന്നത്.

യുദ്ധമര്യാദകൾ ഒട്ടും പാലിക്കാത്തവരാണ് പോർച്ചുഗീസുകാർ. പരാജിതരോട് സാമൂതിരിയും കുഞ്ഞാലിമരയ്ക്കാർമാരും കാണിച്ചിരുന്ന മാന്യത പോർച്ചുഗീസുകാർ ഒരിക്കലും അവരുടെ എതിരാളികളോട് കാട്ടിയിരുന്നില്ല. ചതിയും ക്രൂരതയും മുഖമുദ്രയാക്കിയ അവർ അധിനി വേശം നടത്തിയ പ്രദേശങ്ങളിലെല്ലാംതന്നെ ജനങ്ങളുടെ വെറുപ്പ് സമ്പാദിച്ചു.

6

കുഞ്ഞാലിമരയ്ക്കാരും നാടൻപാട്ടുകളും

വടക്കൻപാട്ടും കുഞ്ഞാലിമരയ്ക്കാരും

കടലിൽ ധീരതയുടെ വീരഗാഥകൾ രചിച്ച കുഞ്ഞാലിമാരെപ്പറ്റി വടക്കൻ പാട്ടുകളിലും പരാമർശമുണ്ട്. തച്ചോളിപ്പാട്ടുകളിൽ പലയിടത്തും കുഞ്ഞാലി മരയ്ക്കാരെപ്പറ്റി പ്രസ്താവിക്കുന്നു. മരയ്ക്കാർമാർ കോട്ട യ്ക്കലിൽ വാസമുറപ്പിച്ചതിനുശേഷമുള്ള കുഞ്ഞാലിമാരെയായിരിക്കണം പാട്ടുകളിൽ സൂചിപ്പിക്കുന്നത്. കോട്ടയ്ക്കൽ കുഞ്ഞാലിമരയ്ക്കാർ എന്നാണ് വടക്കൻ പാട്ടിലെ സൂചന. നാട്ടിലെ പടയിലും പൊയ്ത്തിലു മെല്ലാം നാട്ടു പ്രമാണിമാരോടൊപ്പം കുഞ്ഞാലിമരയ്ക്കാരും സന്നിഹിത നായിരുന്നു. ചിലപാട്ടുകളിൽ മരയ്ക്കാരുടെ സമുദ്രവാണിജ്യത്തെയും കപ്പൽ നിർമാണത്തെയുംപറ്റി സൂചനയുണ്ട്.

> "കോട്ടയ്ക്കലോമന കുഞ്ഞാലിയ്ക്ക്
> നായരും തിയ്യരുമൊന്നുപോലെ"

എന്ന ഈരടി കുഞ്ഞാലിമാരുടെ സമഭാവനയെ സൂചിപ്പിക്കുന്നു. കുഞ്ഞാലി നാലാമന്റെ സൈന്യത്തിൽ മുസ്ലിങ്ങളും നായന്മാരും തിയ്യരും ദളിതരും ഉണ്ടായിരുന്നു. തച്ചോളിപ്പാട്ടിലും ഒതേനനോടൊപ്പം പൊന്നിയം പടയ്ക്കുപോയ കുഞ്ഞാലിമരയ്ക്കാരെപ്പറ്റി പരാമർശിക്കുന്നു. വടക്കൻപാട്ടുകളിൽ സൂചിപ്പിക്കുന്ന കുഞ്ഞാലിമരയ്ക്കാർ, കുഞ്ഞാലി നാലാമനാണെന്നാണ് പൊതുവെയുള്ള വിശ്വാസം. ഈ ധാരണ ശരിയാ ണെന്ന് പറഞ്ഞുകൂടാ. കാരണം കുഞ്ഞാലി നാലാമന്റെ രക്തസാക്ഷിത്വ ത്തിനുശേഷവും മരയ്ക്കാർ കുടുംബത്തിലെ പിന്മുറക്കാർക്ക് 'കുഞ്ഞാ ലിമരയ്ക്കാർ' സ്ഥാനം സാമൂതിരി നല്കിയിരുന്നു.

ഡോ. കെ സി വിജയരാഘവന്‍, ഡോ. കെ എം ജയശ്രീ

മാപ്പിളപ്പാട്ടുകളും ദേശീയബോധവും

മാപ്പിളപ്പാട്ടുകളില്‍ വിദേശിയരും നാട്ടുകാരുമായുള്ള യുദ്ധത്തെപ്പറ്റി സൂചനകളുണ്ട്. കോഴിക്കോട്ടു ഖാസി മുഹമ്മദ് ബിന്‍ അബ്ദുള്‍ അസീസ് രചിച്ച *അല്‍ ഫത്ഹുല്‍ മുബീന്‍* എന്ന അറബികാവ്യം പോര്‍ച്ചു ഗീസുകാര്‍ കെട്ടിയ ചാലിയം കോട്ട കുഞ്ഞാലിമരയ്ക്കാരുടെ നേതൃത്വ ത്തില്‍ നശിപ്പിക്കുന്നതിനെ വര്‍ണ്ണിക്കുന്നു. സാമൂതിരിയുടെ കാലഘട്ട ത്തിലെ മതസൗഹാര്‍ദ്ദത്തെ വാഴ്ത്തുന്ന ഈ കൃതി സമര്‍പ്പിക്കപ്പെ ട്ടിരിക്കുന്നത് സാമൂതിരിയ്ക്കാണ്. മതബോധത്തെക്കാള്‍ ദേശീയബോധ ത്തിന് പ്രാധാന്യം നല്‍കുന്നതാണ് പ്രസ്തുത കൃതി. ഹിന്ദുവായ സാമൂതിരി, ഹിന്ദു മുസ്ലിം ജനവിഭാഗങ്ങള്‍ക്ക് വേണ്ടി പോരാടുന്നത് ഈ കൃതി പ്രകീര്‍ത്തിക്കുന്നു.

കുഞ്ഞിമരയ്ക്കാരുടെ ധാര്‍മികബോധം

മരയ്ക്കാര്‍ കുടുംബത്തിലെ നാലുകുഞ്ഞാലിമാരും മറ്റു പല പോരാ ളികളുമെല്ലാം പോര്‍ച്ചുഗീസുകാര്‍ക്കെതിരെ ധീരമായി പടപൊരുതി പ്രസിദ്ധി നേടി. ധീരരായ മറ്റുപലരും മരയ്ക്കാര്‍ കുടുംബത്തിലുണ്ടാ യിരുന്നു. അത്തരമൊരു ധീരനായിരുന്നു മലപ്പുറത്തെ വെളിയങ്കോട് സ്വദേശിയായ കുഞ്ഞിമരയ്ക്കാര്‍. ഇദ്ദേഹം പ്രസിദ്ധനായത് പോര്‍ച്ചു ഗീസുകാരുടെ അധാര്‍മ്മികതയെ എതിരിട്ട് രക്തസാക്ഷിത്വം വരിച്ചു കൊണ്ടാണ്.

തന്‍റെ വിവാഹദിവസം വിവാഹച്ചടങ്ങുകള്‍ നടക്കുമ്പോഴാണ് പോര്‍ച്ചുഗീസുകാര്‍ ഒരു സ്ത്രീയെ ബലമായി കപ്പലിലേക്ക് പിടിച്ചുകൊ ണ്ടുപോയി എന്ന വിവരം കുഞ്ഞിമരയ്ക്കാര്‍ അറിഞ്ഞത്. ഉടനെ കുഞ്ഞി മരയ്ക്കാര്‍ ആരും കാണാതെ കപ്പലില്‍ കടന്നുകൂടി പോര്‍ച്ചുഗീസുകാരെ തോല്‍പിച്ച് സ്ത്രീയെ രക്ഷപ്പെടുത്തി സുരക്ഷിതമായി കരയ്ക്കെത്തിച്ചു. എന്നാല്‍ പോര്‍ച്ചുഗീസുകാര്‍ അദ്ദേഹത്തെ വെട്ടിക്കൊലപ്പെടുത്തി. അദ്ദേ ഹത്തിന്‍റെ മൃതദേഹം പലഭാഗങ്ങളിലായി കരയ്ക്കടിഞ്ഞു. അതിലൊ ന്നാണ് വടകര. കുഞ്ഞിമരയ്ക്കാരുടെ ധീരകൃത്യത്തെ പാടിപ്പുകഴ്ത്തുന്ന നേര്‍ച്ചപ്പാട്ട് പ്രസിദ്ധമാണ്. (അവലംബം: പ്രദേശം രാഷ്ട്രം ലോകം കടത്തനാടിന്‍റെ സാഹിത്യപാരമ്പര്യം പഠനം).

കുഞ്ഞാലിമരയ്ക്കാര്‍മാരുടെ മഹത്വം വര്‍ണ്ണിക്കുന്ന ചില വരികള്‍

"കൊല്ലത്തെ കൊല്ലാനായ്
പറങ്കിപ്പട വന്നേരം
കുഞ്ഞാലിയോമനകള്‍
പറങ്കീളെപ്പായിച്ചു"
(അവലംബം: വി കെ കൃഷ്ണന്‍നായര്‍, പുത്തന്‍മുരയില്‍, ലോകനാര്‍കാവ്)

ഡോ. കെ സി വിജയരാഘവൻ, ഡോ. കെ എം ജയശ്രീ

പോർച്ചുഗീസുകാർക്കെതിരെ കുഞ്ഞാലി മരയ്ക്കാർമാർ നടത്തിയ പോരാട്ടത്തിന്റെ ചരിത്രത്തിലേക്ക് വെളിച്ചം വീശുന്നതാണ് ഈ വാമൊഴി വഴക്കം. പന്തലായനിക്കൊല്ലത്തെ തകർക്കാനൊരുമ്പെട്ട പറങ്കിപ്പടയെ പാഠം പഠിപ്പിക്കാനും ജന്മനാടിന്റെ മാനം കാക്കാനും പൊരുതിയ പോരാ ളികളെപ്പറ്റിയുള്ള ഇത്തരം വർണ്ണനകൾ അധിനിവേശത്തിന്റെ കാലഘട്ട മായ വർത്തമാനകാലത്തും ദേശ സ്നേഹികൾക്ക് ഊർജ്ജം പകരുന്നു. ഉപഭൂഖണ്ഡത്തിലെ എല്ലാ അധിനിവേശങ്ങൾക്കും തുടക്കം കുറിച്ചത് 1498 ൽ മലബാറിലായിരുന്നു. മലബാറിലെ മണ്ണിൽത്തന്നെയാണ് അധിനി വേശത്തിനെതിരെ അതിജീവനത്തിനായുള്ള ആദ്യത്തെ പോരാട്ടവുമാ രംഭിച്ചത്.

കുഞ്ഞാലിമരയ്ക്കാരും തച്ചോളി ഒതേനനും തമ്മിലുള്ള ഉറ്റ സൗഹൃദം വിളിച്ചോതുന്ന ഒരു നാടോടിക്കഥ

(കോട്ടയ്ക്കൽ, വലിയ പീടികയിൽ ഖദീജ ഉമ്മ 1980ൽ പറഞ്ഞുതന്ന കഥ)

കുഞ്ഞാലിമരയ്ക്കാരും ഒതേനനും സുഹൃത്തുക്കളായിരുന്നു. ഒതേനൻ കോപിഷ്ഠനായി കുഞ്ഞാലിയെ സമീപിച്ചതും സന്തുഷ്ടനായി തിരിച്ചുവന്നതുമായ ഒരു കഥ വാമൊഴിയായി കേട്ടത് താഴെ ചേർക്കുന്നു:

കുഞ്ഞാലിയുടെ കോട്ടമതിലിനടുത്തുള്ള ഒരു എളുപ്പവഴിയിൽക്കൂടി യായിരുന്നു ഒതേനന്റെ സഹോദരിയും കൂട്ടുകാരികളും പയറ്റുകളരിയിൽ പോയിരുന്നത്. ഒരു ദിവസം രാവിലെ പെൺകുട്ടികൾ അതുവഴി പോകു മ്പോൾ കുഞ്ഞാലി കോട്ടമതിൽ ഉയരത്തിൽ നീട്ടിക്കെട്ടിക്കുന്നുണ്ടായി രുന്നു. വഴിപോയ കുട്ടികളോട് വൈകുന്നേരം മടങ്ങിവരുമ്പോൾ ഈ വഴി അടച്ച് മതിൽ കെട്ടികഴിഞ്ഞിരിക്കുമെന്നും വേറെ വഴി പോയാൽ മതിയെന്നും കുഞ്ഞാലി പറഞ്ഞുവത്രെ. "ഞങ്ങൾക്ക് വഴിപോകാൻ സ്ഥലം തരണേ മരയ്ക്കാരേ" എന്നും പറഞ്ഞ് ഒതേനന്റെ സഹോദരിയും കൂട്ടുകാരികളും പോയി. വൈകുന്നേരം മതിലിന്നടുത്തെത്തിയ പെൺ കുട്ടികൾ ഉയരത്തിൽ അടച്ചുകെട്ടിയ മതിൽ കണ്ട് വഴിപോകാൻ മാർഗ്ഗമി ല്ലാതെ നിന്നു. ഒതേനന്റെ സഹോദരി കൂട്ടുകാരികളോട് 'ഓതിരം കടകം മറിഞ്ഞ്' മതിൽ കടക്കുന്ന വിദ്യ പറഞ്ഞുകൊടുത്തതിന് ശേഷം താൻ ചെയ്യുന്നതുപോലെ ചെയ്യാൻ നിർദ്ദേശിച്ചു. ആദ്യം തന്റെ ആത്മസുഹൃ ത്തിന്റെ കുഞ്ഞുപെങ്ങളും പിന്നാലെ കൂട്ടുകാരികളും മതിൽ കടന്ന് പോകുന്നത് അല്പം വിസ്മയത്തോടെ മരയ്ക്കാർ നോക്കി നിന്നു.

വീട്ടിലെത്തി സഹോദരി, കുഞ്ഞാലി മരയ്ക്കാർ വഴി അടച്ചു മതിൽ കെട്ടിയ വിവരം പറഞ്ഞു. ഇതുകേട്ട് കുപിതനായ ഒതേനൻ കുറച്ച് അനു യായികളോടുകൂടി കോട്ടപ്പുഴ കടന്ന് മരയ്ക്കാർ കോട്ടയുടെ കവാടത്തി ലെത്തി. "കുട്ടികളെ വെറുതെ വിഷമിപ്പിച്ചത് ശരിയായില്ല" എന്ന് ക്ഷോഭ ത്തോടെ പറഞ്ഞ ഒതേനനോട് കുഞ്ഞാലിമരയ്ക്കാർ അക്ഷോ ഭ്യനായി നല്കിയ മറുപടി ഇതായിരുന്നു: "ഒതേനനെ കണ്ടിട്ട് കാലം

കുറെയായി. ഈ വിദ്യകൊണ്ട് മാത്രമെ ചങ്ങാതിയെ അടുത്തുകാണാൻ കിട്ടുകയുള്ളൂ. പിന്നെ കളരി പഠിക്കുന്ന സഹോദരിയുടെയും കൂട്ടുകാരിക ളുടെയും അഭ്യാസപാടവം ഒന്നു പരീക്ഷിക്കുവാൻ കൗതുകം തോന്നി. അതിനാണ് ആ വിദ്യ എടുത്തത്". ഇതുകേട്ട ഒതേനൻ തന്റെ സുഹൃത്തി നെ കെട്ടിപ്പിടിച്ചു. അനുയായികളോടു കൂടി കോട്ടയ്ക്കകത്ത് പ്രവേശിച്ച ഒതേനൻ ആതിഥ്യം സ്വീകരിച്ചു. യാത്ര പറഞ്ഞ് പിരിയാൻ നേരത്ത് താൻ സുഹൃത്തിന് സമ്മാനിക്കാൻ കരുതിവെച്ചിരുന്ന സ്വർണ്ണനാണ യമടങ്ങിയ പെട്ടി കുഞ്ഞാലി, ഒതേനന് സമ്മാനിക്കുകയും ചെയ്തു.

7

മരയ്ക്കാർപടയിലെ
ചില ധീരസേനാനികൾ

മരയ്ക്കാർ പടയിൽ അസംഖ്യം ധീരയോദ്ധാക്കൾ ഉണ്ടായിരുന്നു. അവരിൽ എല്ലാവരുടെയും പേരുകളും വീരകൃത്യങ്ങളും അജ്ഞാതമാ ണ്. ചിലരുടെ പേര്, യുദ്ധ നൈപുണ്യം, ധീരത എന്നിവയെക്കുറിച്ച് ചില വിലപ്പെട്ട വിവരങ്ങൾ ലഭ്യമാണ്.

ക്യാപ്റ്റൻ കുട്ടിപ്പോക്കർ

പൊന്നാനി സ്വദേശിയായ ക്യാപ്റ്റൻ കുട്ടിപ്പോക്കർ കുഞ്ഞാലി രണ്ടാ മന്റെയും മൂന്നാമന്റെയും കീഴിൽ നാവിക സേനയുടെ ക്യാപ്റ്റനായി രുന്നു. മലബാറിലെ കച്ചവടക്കപ്പലുകൾ പോർച്ചുഗീസുകാരിൽ നിന്നും സംരക്ഷിക്കാൻ വേണ്ടി കുട്ടിപ്പോക്കറും അനുയായികളും സദാസമയവും അറബിക്കടലിൽ നിലയുറപ്പിച്ചിരുന്നു.

ചൗൾ തുറമുഖത്തേക്ക് സാമൂതിരിയുടെ കപ്പൽ വ്യൂഹത്തെ നയിച്ചത് കുട്ടിപ്പോക്കറായിരുന്നു. തുറമുഖത്തെ പോർച്ചുഗീസ് ഉപരോധം മനസ്സിലാക്കിയ കുട്ടിപ്പോക്കറും സഹപ്രവർത്തകരും വഞ്ചികളിൽ ആയു ധങ്ങളും പടയാളികളെയും അർദ്ധരാത്രി തുറമുഖത്തിറക്കി പ്രഭാത ത്തിൽ ആക്രമണമാരംഭിക്കുകയാണ് ചെയ്തത്. ക്യാപ്റ്റന്റെ ഗറില്ലാ യുദ്ധമുറ അനേക ദിവസങ്ങൾ നീണ്ടുനിന്നു. ഒടുവിൽ രക്ഷയില്ലാതെ പോർച്ചുഗീസ് കപ്പലുകൾ പിൻവാങ്ങാൻ നിർബന്ധിതമായി.

പൊരുതിമരിച്ച കുട്ടിമൂസ

കുഞ്ഞാലിമരയ്ക്കാർ നാലാമന്റെ മരുമകനായിരുന്നു നാവിക പ്പോരാളിയായ കുട്ടിമൂസ. ഇന്ത്യയുടെ കിഴക്കൻ തീരത്തെ പോർച്ചുഗീസു

കാരിൽ നിന്നും സംരക്ഷിക്കുവാനുള്ള ചുമതല അദ്ദേഹത്തിന്റെ നാവികപ്പടയ്ക്കായിരുന്നു. അവസാന നിമിഷംവരെ പോർച്ചുഗീസ് ശക്തി ക്കെതിരെ പടപൊരുതിയ ഈ പോരാളി ആന്ദ്രേ ഫുർത്താഡോ ഡ മെന്റോക്കയുടെ കീഴിലുള്ള പോർച്ചുഗീസ് സേനയുമായി ഏറ്റുമുട്ടി. കാർഡിവയ്ക്കടുത്തുവെച്ച് നടന്ന യുദ്ധത്തിൽ ഇന്ത്യൻ നാവികർക്ക് വിജ യിക്കാനായില്ല. കുട്ടിമൂസ തന്റെ വാൾ കടിച്ചുപിടിച്ചുകൊണ്ട് വെള്ള ത്തിലേക്കുചാടി ചില അനുയായികളോടൊപ്പം രക്ഷപ്പെട്ടു. ഒടുവിൽ പോർച്ചുഗീസുകാരുടെ പീരങ്കികൾക്കു മുമ്പിൽ തലകുനിക്കാതെ ധീര നായ ഈ ക്യാപ്റ്റനും സംഘവും പൊരുതി മരിച്ചു.

മച്ചുനന്റെ പ്രതികാരം

കുഞ്ഞാലിമരയ്ക്കാരുടെ നാവികപ്പടയിൽ ധീരരും ഊർജ്ജസ്വലരു മായ അനേകം യുവാക്കളുണ്ടായിരുന്നു. അവരിൽ പലരും മരയ്ക്കാർമാ രുടെ കുടുംബക്കാരും ബന്ധുക്കളും സുഹൃത്തുക്കളുമൊക്കെ ആയി രുന്നു. ഇക്കൂട്ടത്തിൽ ചിലർ വളരെ ചെറുപ്പത്തിൽത്തന്നെ നാവികപ്പട യിൽ ചേർന്നവരായിരുന്നു.

ഫ്രെഞ്ച് സഞ്ചാരിയായ പിറാർഡ് ഡി ലാവൽ 1608 ൽ ഗോവയിൽ താമസിക്കുമ്പോൾ കുഞ്ഞാലി മരയ്ക്കാരുടെ മച്ചുനനും വടകരക്കാരൻ ക്യാപ്റ്റൻ കുട്ടി അഹമ്മദിന്റെ സഹോദരനുമായ ഒരു ചെറുപ്പക്കാരനെ (അലി മരയ്ക്കാരെ) പരിചയപ്പെട്ട സംഭവം വിവരിക്കുന്നു. അക്കാലത്തെ ഇന്ത്യൻ നാവികരുടെ ധീരസാഹസികതയുടെ ദൃഷ്ടാന്തമാണ് ഈ യുവാ വിന്റെ ജീവചരിത്രം.

1591 ൽ വെറും പതിമൂന്നു വയസ്സുമാത്രമുള്ളപ്പോൾ ഈ ബാലൻ കുഞ്ഞാലിമരയ്ക്കാരുടെ കപ്പൽവ്യൂഹത്തിൽചേർന്നു. ഫുർത്താ ഡോവിന്റെ നേതൃത്വത്തിലുള്ള പോർച്ചുഗീസ് നാവികവ്യൂഹവുമായി മരയ്ക്കാരുടെ നാവികവ്യൂഹം ഏറ്റുമുട്ടി. ഫുർത്താഡോ ജയിക്കുകയും മലബാർ നാവികരെ തടവുകാരായി പിടിച്ച് ഗോവയിലേക്ക് കൊണ്ടു പോയി മതം മാറ്റുകയും ചെയ്തു. ഇക്കൂട്ടത്തിൽ കുഞ്ഞാലിമരയ്ക്കാരുടെ മച്ചുനനും ഉൾപ്പെട്ടിരുന്നു. ഉന്നതകുലജതനാകയാൽ അദ്ദേഹത്തിന് പോർച്ചുഗീസുകാർ കുറച്ച് പരിഗണനകൾ നല്കി. മതം മാറിയശേഷം ഡോൺ പെഡ്റോ റോഡ്റിഗ്സ് എന്ന് അദ്ദേഹത്തിന് പേരു നല്കി. അനാഥയായ ഒരു പോർച്ചുഗീസ് യുവതിയെ റോഡ്റിഗ്സ് വിവാഹം ചെയ്തു. തടവുകാരുടെ സംഘത്തലവനായിരുന്നെങ്കിലും ഇദ്ദേഹവും ചങ്ങലയിലായിരുന്നു.

കുഞ്ഞാലിമരയ്ക്കാർ നാലാമനെ വധിക്കുന്ന സമയത്ത് റോഡ് റിഗ്സ് ഗോവയിലുണ്ടായിരുന്നു. ഈ സംഭവം കഴിഞ്ഞ് എട്ട് കൊല്ലത്തി നുശേഷമാണ് ചങ്ങലക്കിട്ട നിലയിൽത്തന്നെ സഞ്ചാരിയായ പിറാർഡ്

അദ്ദേഹത്തെ കണ്ടത്. വർഷങ്ങൾ കഴിഞ്ഞിട്ടും പോർച്ചുഗീസുകാ
രോടുള്ള പ്രതികാരാഗ്നി ഉള്ളിൽ സൂക്ഷിച്ചിരുന്ന റോഡ്റിഗ്സ് എങ്ങിനെ
യെങ്കിലും പോർച്ചുഗീസ് ശക്തിയുടെ പിടിയിൽനിന്ന് രക്ഷപ്പെട്ട് അവരോട്
പകരം ചോദിക്കാൻ അവസരം കാത്തിരിക്കുകയായിരുന്നു. ഡച്ചുകാർ
ഗോവാതുറമുഖത്തിനുനേരെ ആക്രമണം നടത്തുന്ന അവസരം ഉപയോ
ഗിച്ച് പോർച്ചുഗീസ് തടവിൽനിന്നു രക്ഷപ്പെടാൻ അദ്ദേഹം ശ്രമിച്ചെങ്കിലും
വിജയിക്കാനായില്ല.

വടകരയിലുള്ള സഹോദരനുവേണ്ടി താൻ പലതവണ റോഡ്റിഗ്സി
നെ കണ്ടുസംസാരിക്കാറുണ്ടായിരുന്നുവെന്ന് പിറാർഡ് രേഖപ്പെടുത്തു
ന്നു. വടകരയിലൂടെയും മരയ്ക്കാർകോട്ടയിലൂടെയും കടന്നുപോകുമ്പോ
ൾ റോഡ്റിഗ്സിന്റെ പ്രിയപ്പെട്ട സഹോദരൻ തന്നോടു പ്രത്യേക താല്പ
ര്യം കാണിക്കുകയും മാന്യമായ സ്വീകരണം നല്കുകയും ചെയ്തിരു
ന്നുവെന്നും ഈ സഞ്ചാരി പരാമർശിക്കുന്നു.

അവസരം കിട്ടിയപ്പോൾ സൂത്രത്തിൽ ഗോവയിൽനിന്ന്
റോഡ്റിഗ്സും കുടുംബവും വേഷംമാറി രക്ഷപ്പെട്ടു. വടകരയിലെത്തിയ
റോഡ്റിഗ്സ് തിക്കോടി താവളമാക്കി നാവികരെ സംഘടിപ്പിച്ചു.
ആയുധമേന്തി തന്റെ അനുയായികളോടൊപ്പം അദ്ദേഹം പോർച്ചുഗീസ്
കേന്ദ്രങ്ങളെ ആക്രമിച്ചു. മരയ്ക്കാർ കോട്ടയിലെ പഴയ നാവികരും
അദ്ദേഹത്തോടൊപ്പം ചേർന്നു. 1618 ആയപ്പോഴേക്കും റോഡ്റിഗ്സിന്
സുശക്തമായ ചെറിയ കപ്പലുകളും വിദഗ്ധരായ നാവികരുമു
ണ്ടായിരുന്നു. പോർച്ചുഗീസ് കപ്പലുകളുടെയും താവളങ്ങളുടെയും നേരെ
അദ്ദേഹം ആക്രമണം ശക്തമാക്കി. പോർച്ചുഗീസുകാരുടെ ശത്രുക്കളായ
ഡച്ചുകാരുമായി റോഡ്റിഗ്സിന് നല്ല ബന്ധമാണുണ്ടായിരുന്നത്.
പോർച്ചുഗീസുകാർക്കെതിരെയുള്ള ആക്രമണങ്ങളിൽ ഡച്ചുകാരെ
സഹായിച്ചുകൊണ്ട് പോർച്ചുഗീസുകാർ കാണിച്ച നെറികേടിനെതിരെ
അദ്ദേഹം പ്രതികരിച്ചു.

ഇന്ത്യക്കാർ ഉപരോധമേർപ്പെടുത്തിയതുകൊണ്ട് പോർച്ചുഗീസ്
കപ്പൽവ്യൂഹത്തിന് രണ്ടുമാസത്തോളം ഗോവയിൽ കടക്കാൻ കഴി
ഞ്ഞില്ല. മാത്രമല്ല മലബാറിലെ നാവികരും ഡച്ചുകാരും തമ്മിൽ ധാരണ
യായതോടെ പോർച്ചുഗീസ് നാവികരെ നിലക്കുനിർത്താൻ മലബാർ
നാവികർക്ക് കഴിഞ്ഞു.

1618 ൽ റോഡ്റിഗ്സ് പോർച്ചുഗീസുകാരുടെ പല കപ്പലുകളും
പിടിച്ചെടുക്കുകയും അവരുടെ വാണിജ്യം തടസ്സപ്പെടുത്തുകയും ചെയ്തു
വെന്ന് പോർച്ചുഗീസ് ചരിത്രകാരനായ ഫാരിയ രേഖപ്പെടുത്തുന്നു.
റോഡ്റിഗ്സുമായുണ്ടായ ഏറ്റുമുട്ടലിൽ പതിനെട്ട് തോണികളിൽ പന്ത്ര
ണ്ടെണ്ണവും പോർച്ചുഗീസുകാർക്ക് നഷ്ടപ്പെട്ടു. പടക്കപ്പലുകളുടെ അകമ്പ
ടിയോടുകൂടിയ ഒരു വമ്പിച്ച കപ്പൽവ്യൂഹത്തെ റോഡ്റിഗ്സ് നേരിടു

ഡോ. കെ സി വിജയരാഘവൻ, ഡോ. കെ എം ജയശ്രീ

കയും അവയിലൊന്ന് പിടിച്ചെടുക്കുകയും ചെയ്തു. തുടർന്ന് റോഡ്റി
ഗ്സ് മാലദ്വീപിലേക്കുപോയി. അതിനുശേഷം അദ്ദേഹത്തെപ്പറ്റി യാതൊ
രു വിവരവും ലഭ്യമല്ല. സാഹസികനും നിർഭയനുമായ ഈ പോരാളിയുടെ
അപദാനങ്ങൾ പ്രകീർത്തിക്കുന്ന വടക്കൻപാട്ടുകൾ പ്രചാരത്തിലു
ണ്ടെന്നറിഞ്ഞ് അന്വേഷണം നടത്തിയെങ്കിലും ഒന്നും കണ്ടെത്താൻ
കഴിഞ്ഞില്ല എന്ന് ചരിത്രകാരനായ ഒ കെ നമ്പ്യാർ രേഖപ്പെടുത്തുന്നു.

8

മലബാർതീരത്തെ
വാണിജ്യകേന്ദ്രങ്ങളും മരയ്ക്കാർമാരും

കുഞ്ഞാലിമരയ്ക്കാരും പന്തലായനിക്കൊല്ലവും

മലാക്ക, ഒമാൻ, കെയ്റോ, അലക്സാന്ത്രീയ, ചൈന, അറേബ്യ തുടങ്ങിയ വിദേശ രാജ്യങ്ങളുമായി മുൻകാലങ്ങളിൽ വ്യാപാരബന്ധ മുണ്ടായിരുന്ന വാണിജ്യസാംസ്കാരിക കേന്ദ്രമായിരുന്നു പന്തലായനി ക്കൊല്ലം. പണ്ടുകാലത്ത് മെക്കയുമായുള്ള വാണിജ്യബന്ധത്തിന്റെ സിരാ കേന്ദ്രമായിരുന്നു പന്തലായനി തുറമുഖം. 12ാംനൂറ്റാണ്ടിൽ അൽ ഇദ്രിസി യാണ് ഫന്തരൈര പട്ടണത്തെപ്പറ്റി ആദ്യം സൂചിപ്പിക്കുന്നത്. അവിടെ ഇന്ത്യയിൽ നിന്നും സിൻഡിൽ നിന്നുമുള്ള കപ്പലുകൾ നങ്കൂരമിടാറുണ്ടെ ന്നും അവിടുത്തെ അങ്ങാടി തിരക്കുപിടിച്ചതാണെന്നും അദ്ദേഹം സൂചിപ്പിക്കുന്നു. ചൈനക്കാർ ഫന്തലൈന എന്നും അൽ ഇദ്രിസി ഫന്തരൈര എന്നും ഇബനുബത്തുത്ത ഫാൻഡറിന എന്നും പോർച്ചു ഗീസുകാർ പണ്ടരാണി എന്നും വിളിച്ചത് പന്തലായനിക്കൊല്ലത്തെയാണ്. 13–ാം നൂറ്റാണ്ടുമുതൽ 16–ാം നൂറ്റാണ്ടുവരെയുള്ള യൂറോപ്യൻ സഞ്ചാരികൾ പന്തലായനിയെപ്പറ്റി പരാമർശിക്കുന്നു. അറബികളുടെയും ചീനക്കാരുടെയും ജൂതന്മാരുടെയും താവളമായിരുന്നു ഇത്. പന്തലായനിക്കൊല്ലം ഒരു കുരുമുളക് കേന്ദ്രമായിരുന്നു. വിദേശ സഞ്ചാരികളെല്ലാം പന്തലായനിയിൽ നിന്നും കയറ്റുമതി ചെയ്ത കുരുമുളക്, ഏലം, എന്നിവയെപ്പറ്റി വിവരിക്കുന്നു. പത്ത്, പതിനൊന്ന് നൂറ്റാണ്ടുകളിൽത്തന്നെ ഇത് വാണിജ്യകേന്ദ്രമായിരുന്നു എന്ന് രേഖകൾ സൂചിപ്പിക്കുന്നു.

ചീനക്കപ്പലുകൾ ഇവിടെ അടുത്തിരുന്നു. ചീനക്കാരുടെ കേന്ദ്രമായി രുന്നു പന്തലായനിക്കൊല്ലം. കൊല്ലത്ത് കോലം കടപ്പുറത്തിനടുത്ത് ചീനപ്പള്ളി എന്നറിയപ്പെടുന്ന ഒരു മുസ്ലിം പള്ളിയുണ്ട്. കൊല്ലത്തുനിന്ന്

രണ്ടു കിലോമീറ്ററകലെ മറ്റൊരു ചീനപ്പള്ളികൂടിയുണ്ട്.

പാണ്ടികശാല എന്ന പേരോടുകൂടിയ വീടുപറമ്പുകൾ ഇവിടെയുണ്ട്. കച്ചവടകേന്ദ്രങ്ങളെയും പാണ്ടികശാലകളെയുമാണ് ഈ പേരുകൾ സൂചിപ്പിക്കുന്നത്. ഗാമ വരുന്നതിന് എത്രയോ മുമ്പുതന്നെ പന്തലായനി തിരക്കുപിടിച്ച ഒരു തുറമുഖമായിരുന്നു.

ചില ചരിത്ര വിവരണങ്ങൾ പ്രകാരം ഗാമ തന്റെ കപ്പലുകളെ കൊണ്ടെത്തിച്ചതും ഇറങ്ങിയതും പന്തലായനിക്കൊല്ലത്താണ്. "ഗാമ തന്റെ കപ്പലുകളെ കുറച്ചുനാഴികകൾ വടക്കോട്ടുനീക്കി പന്തലായനി ക്കൊല്ലത്തിനടുത്ത് കടലിലേക്ക് തള്ളിക്കിടക്കുന്ന ചേറ്റുകരയിൽ (Mud Bank) നങ്കൂരമിട്ടു" എന്ന് ഗാമയുടെ യാത്രയുമായി ബന്ധപ്പെട്ട കോറിയ യുടെ വിവരണങ്ങൾ സൂക്ഷ്മമായി പരിശോധിച്ച വില്യംലോഗൻ കണ്ടെ ത്തുന്നു. സാമൂതിരിയുടെ നിർദ്ദേശമനുസരിച്ച് ഗാമ തന്റെ കപ്പലുകൾ പന്തലായനിക്കൊല്ലത്ത് കരയ്ക്കടുപ്പിച്ചുവെന്ന് ഡോ. ഹെർമൻ ഗുണ്ടർട്ടും രേഖപ്പെടുത്തുന്നു. ഗുണ്ടർട്ടിന്റെ *കേരളപ്പഴമ* എന്ന ഗ്രന്ഥം, പഠനത്തിനു വിധേയമാക്കിയ ഡോ. എൻ എം നമ്പൂതിരി വ്യക്തമാക്കു ന്നത് ഗാമ കപ്പലിറങ്ങിയത് പന്തലായനിക്കൊല്ലത്താണ് എന്ന വസ്തു തയാണ്.

ഗാമ കപ്പലിറങ്ങിയത് പന്തലായനിക്കൊല്ലത്തുതന്നെയാണെന്ന് പ്രമുഖ ചരിത്രകാരൻ ഡോ. എം ആർ രാഘവവാര്യർ അഭിപ്രായപ്പെ ടുന്നു. ഇന്ത്യയുടെ നാവികചരിത്രത്തിൽ പന്തലായനിക്കൊല്ലത്തിന് സുപ്രധാനമായ സ്ഥാനമുണ്ട്.

പന്തലായനി തുറമുഖം ലോകപ്രസിദ്ധമായ വാണിജ്യ സാംസ്കാ രിക കേന്ദ്രമായിരുന്നു. കോഴിക്കോടു തുറമുഖം മൺസൂൺകാലത്ത് കപ്പലുകൾക്ക് നങ്കൂരമിടാൻ പറ്റിയതായിരുന്നില്ല. മൺസൂൺകാലത്തു പോലും കപ്പലുകൾ പന്തലായനിക്കൊല്ലത്ത് സുരക്ഷിതമായി നങ്കൂരമുറ പ്പിച്ചിരുന്നു. അതിനാൽ കോഴിക്കോട് കച്ചവടത്തിനായി എത്തുന്ന കപ്പലു കളെല്ലാം പന്തലായനിയിലാണ് നങ്കൂരമുറപ്പിച്ചത്. കോഴിക്കോട് അന്താ രാഷ്ട്രപ്രസിദ്ധി നേടിയ ഒരു തുറമുഖമായത് പന്തലായനി തുറമു ഖത്തിന്റെ പ്രകൃതിദത്തമായ സൗകര്യങ്ങൾകൂടി ഉപയോഗപ്പെടുത്തി ക്കൊണ്ടാണ് (അവലംബം: Article of Dr. K S Mathew in Horizon Magazine 2007).

കുഞ്ഞാലിമരക്കാർമാർ പന്തലായനിക്കൊല്ലത്തുകാരാണ് എന്നും അഭിപ്രായമുണ്ട്. പോർച്ചുഗീസ് ക്യാപ്റ്റൻ പന്തലായനിക്കൊല്ലം ആക്രമിച്ച് നശിപ്പിച്ചപ്പോൾ മരയ്ക്കാർ കുടുംബം കോട്ടയ്ക്കലിലേക്ക് താമസം മാറ്റി.

ചേരരാജാവായ ഭാസ്കര രവിവർമ്മയുടെ (എ ഡി 962-1021) ജുമാ മസ്ജിദിലുണ്ടായിരുന്ന ഒരു വട്ടെഴുത്ത് ശാസനത്തിൽ പന്തലായ നിക്കൊല്ലത്തെ മണിഗ്രാമം, വളഞ്ചിയർ എന്നീ വർത്തകസംഘങ്ങളെപ്പറ്റി സൂചിപ്പിക്കുന്നു. ഡോ. എം ആർ രാഘവവാര്യർ പന്തലായനിക്കൊല്ലത്തിന്റെ ചരിത്ര പ്രാധാന്യം വെളിച്ചം കാണിച്ചതിൽ മുഖ്യ പങ്കുവഹിച്ച

സാമൂഹ്യശാസ്ത്രജ്ഞനാണ്. ഡോ. രാഘവ വാര്യരും തമിഴ് സർവ്വകലാ ശാലയിലെ സുബ്ബരായലുവും മദിരാശി സർവ്വകലാശാലയിലെ ഷൺ മുഖവും ചേർന്ന് പന്തലായനിക്കൊല്ലത്ത് നടത്തിയ ഗവേഷണ ഖനന ത്തിൽ മദ്ധ്യകാല ചീനാപ്പാത്രങ്ങൾ കണ്ടെടുത്തു.

പന്തലായനിക്കൊല്ലത്തെ ചീനപ്പാത്രാവശിഷ്ടങ്ങൾ നിലത്ത് ചിത റിക്കിടന്നത് ശേഖരിച്ച സ്ഥലങ്ങൾ ഇവയാണ്: കുണ്ടിൽ, കീഴില്ലം, പണ്ടാ രത്തിൽ, ഇളയിടത്ത്, മൊയ്തീനകത്ത്, കോട്ടവാതുക്കൽപറമ്പ്, നഗരേ ശ്വര ക്ഷേത്രത്തിനും ജുമു അത്ത് പള്ളിക്കുമിടയിലുള്ള സ്ഥലം. ജൂത ന്മാരുടെ കേന്ദ്രവും പന്തലായനിക്കൊല്ലത്തുണ്ടായിരുന്നു.

കുറുമ്പ്രനാട് താലൂക്കിൽപ്പെട്ട കൊയിലാണ്ടി മുഹമ്മദീയർക്ക് ഭൂരി പക്ഷമുള്ള ഒരു കടൽത്തീരപട്ടണമാണെന്നും മെക്കയിലെ പള്ളിയുടെ മാതൃകയിൽ നിർമ്മിച്ച ഒരു പ്രസിദ്ധ മുസ്ലിം പള്ളി ഇവിടെയുണ്ടെന്നും കടൽവഴി സഞ്ചരിക്കുന്ന അറബിക്കപ്പലുകളിലെ യാത്രക്കാർ പള്ളിയി ലേക്ക് നോക്കി വണങ്ങാറുണ്ടെന്നും എല്ലാ മുസ്ലിംനാവികരും അവിടെ പ്രാർത്ഥനയ്ക്കെത്താറുണ്ടെന്നും വാർഡ് ആന്റ് കോർനറുടെ 1906ൽ പ്രസിദ്ധീകരിച്ച 'A Descriptive Memoir of Malabar' സൂചിപ്പിക്കുന്നു. മലബാർ സർവെ നടത്തി റിപ്പോർട്ട് സമർപ്പിക്കാൻ ബ്രിട്ടീഷ് സർക്കാർ നിയോഗിച്ച ഉദ്യോഗസ്ഥരായിരുന്നു വാർഡ് ആന്റ് കോർനർ.

പാറപ്പള്ളി

അറബിക്കടലിന് സമീപത്തായി പന്തലായനി കടപ്പുറത്തെ പാറയിൽ ഒരു വലിയ കാല്പാദം കാണപ്പെടുന്നു. ഇതിന് 'ആദം പാദം' എന്നാണ് പറയുന്നത്. കുന്നിൻമുകളിലെ പാറപ്പള്ളി ഇന്ത്യയിലെ തന്നെ പ്രാചീന മുസ്ലിം പള്ളികളിലൊന്നാണ്. പന്തലായനിക്കൊല്ലം വിദേശ വ്യാപാരികളു ടെ പ്രധാന വാണിജ്യകേന്ദ്രമായ കാലത്ത് പാറപ്പള്ളിയിലെ ഖാസിയും മറ്റു പ്രധാനികളുമെല്ലാം ഒമാൻകാരായിരുന്നു. ഈ കുന്നിൻ മുകളിൽ അറബ് സഞ്ചാരികളുടെയും വ്യാപാരികളുടെയും ഖബറുകളുമുണ്ട്. പാറപ്പള്ളിക്ക് സമീപം കടപ്പുറത്തെ പാറക്കെട്ടിൽ ശുദ്ധജലം ലഭിക്കുന്ന ഒരു നീരുറവയുണ്ട്.

14-ാം നൂറ്റാണ്ടിൽ ഇബ്നുബത്തൂത്തയുടെ സന്ദർശനസമയത്ത് (എ ഡി 1343) പന്തലായനി ഒരു വലിയ പട്ടണവും വാണിജ്യ കേന്ദ്ര വുമായിരുന്നു. അദ്ദേഹം പറയുന്നു: "വലിയ ജുമാഅത്ത് പള്ളി കടൽ ത്തീരത്താണ്. കടലിലെ കാഴ്ചകാണാൻ പള്ളിക്കുമുമ്പിൽ ഉല്ലാസ സ്ഥലങ്ങളും ഇരിപ്പിടങ്ങളുമുണ്ട്. വലിയൊരു പ്രാർത്ഥനാഹാളും ചുറ്റും വരാന്തയും പള്ളിക്കുണ്ട്". ഇബ്നു ബത്തൂത്തയും വാർഡ് ആന്റ് കോർനറും സൂചിപ്പിക്കുന്ന പള്ളി കുന്നിൻ മുകളിലുള്ള പാറപ്പള്ളി (പാറോപ്പള്ളി) ആവാനാണ് സാദ്ധ്യത.

ഡോ. കെ സി വിജയരാഘവൻ, ഡോ. കെ എം ജയശ്രീ

പന്തലായനിക്കൊല്ലത്തിന്റെ തകർച്ച

പതിനാറാം നൂറ്റാണ്ടിലെ ഇറ്റാലിയൻ സഞ്ചാരിയായ വർത്തേമ ഒരു ദരിദ്രസ്ഥലവും തുറമുഖമില്ലാത്ത പ്രദേശവുമായി പന്തലായനി ക്കൊല്ലത്തെ കാണുന്നു. അപ്പോഴേക്കും പന്തലായനിക്കൊല്ലം വെറുമൊരു കൈമാറ്റ കേന്ദ്രമായി മാറിയിരുന്നു. മുസ്ലീങ്ങളുടെ ഒരു താവളമെന്ന നിലയിൽ പോർച്ചുഗീസ് ആക്രമണങ്ങൾ കൊല്ലത്തെ നിരന്തരമായി ശല്യപ്പെടുത്തിയിരുന്നു. നിരന്തരമായ ആക്രമണങ്ങളും കൊള്ളയും പോർച്ചുഗീസുകാരിൽ നിന്ന് പന്തലായനിക്ക് അനുഭവിക്കേണ്ടി വന്നു വെന്ന് ചരിത്രരേഖകൾ വ്യക്തമാക്കുന്നു. പന്തലായനിക്കൊല്ലം പോർച്ചുഗീസ് ശക്തികളുടെ എതിരാളികളായ അറബികളുടെയും നാവിക പടത്തലവന്മാരായ കുഞ്ഞാലിമരയ്ക്കാർമാരുടെയും താവള മായിരുന്നു. പോർച്ചുഗീസ് ശക്തി പന്തലായനിയെ നശിപ്പിക്കാൻ നിര ന്തരം ശ്രമിച്ചു. പന്തലായനിക്കൊല്ലത്തിന്റെ തകർച്ചയിൽ ഇംഗ്ലീഷുകാരും അവരുടെതായ പങ്കു വഹിച്ചു. അവർ വാണിജ്യ പാതകൾ മാറ്റിയതും പന്തലായനിയെ പ്രതികൂലമായി ബാധിച്ചു. മലബാറിൽ പിന്നീടുണ്ടായ രാഷ്ട്രീയ സാമ്പത്തിക മാറ്റങ്ങൾ പന്തലായനിക്കൊല്ലത്തെ തീർത്തും നശിപ്പിച്ചു.

പുതുപ്പണവും ചൈനയും കേരള-ചീനാബന്ധങ്ങൾ

മദ്ധ്യയുഗങ്ങളിലെ കേരള-ചീനാബന്ധങ്ങളുടെ വിവരണം കച്ച വടത്തിൽമാത്രം ഒതുക്കിനിർത്താനാവില്ല. കുരുമുളക്, ഏലം തുടങ്ങിയ സുഗന്ധദ്രവ്യങ്ങളും നാളീകേരം, അടയ്ക്ക എന്നീ കേരളീയ ഉല്പന്നങ്ങ ളും ചീനക്കാർക്ക് ഏറെ ഇഷ്ടമായിരുന്നു. ചീനപ്പട്ട്, ചീനക്കളിമൺപാത്ര ങ്ങൾ, ചെമ്പ്, രസം, തുത്തനാകം, ഈയം മുതലായവ ചീനയിൽനിന്ന് കേരള തീരത്തെത്തി. ലോഹവിദ്യയിലൂടെ ഉപജീവനം നടത്തിപ്പോന്ന മൂശാരിസമുദായക്കാരുടെ ജീവിതവൃത്തിയെ ചീനാവാണിജ്യം ഏറെ സ്വാധീനിച്ചു. കേരളത്തിൽനിന്നുള്ള ഹുക്കകൾ അറബികൾക്ക് നല്ല പ്രിയമായിരുന്നു. ചിരട്ടത്തൊണ്ടിന്മേൽ ഓടുകൊണ്ടു കരകൗശല വിദ്യകൾ നടത്തി നിർമ്മിക്കുന്ന ഹുക്കകളുടെ കുത്തക കോഴിക്കോടു മുതൽ വടകര വരെയുള്ള പ്രദേശത്തിനായിരുന്നു. കേരളത്തിലെ ഉല്പന്നങ്ങൾ തേടി അറബികളും ജൂതന്മാരും ക്രിസ്ത്യാനികളും എത്തി. കേരളീയ ഉല്പന്നങ്ങളോടൊപ്പം ചീനയിൽനിന്ന് ഇറക്കുമതി ചെയ്ത ചരക്കുകളും അവർ വാങ്ങി. മദ്ധ്യകാല കേരള-ചീനാബന്ധം കേരള ത്തിലെ കാർഷികരീതികളെ നിയന്ത്രിക്കാനും തൊഴിൽക്കൂട്ടായ്മകളുടെ ഉപജീവനമാർഗ്ഗം ഉറപ്പുവരുത്താനും സഹായകമായി.

ചീനക്കപ്പലുകളുടെ മുഖ്യതാവളം കോഴിക്കാടായിരുന്നു. എന്നാൽ കപ്പലുകൾക്ക് കാലവർഷക്കാലത്ത് നങ്കൂരമിടാൻ സുരക്ഷിതമായ തുറമുഖം പന്തലായനിക്കൊല്ലമായിരുന്നു. കാലവർഷത്തിന് തൊട്ടുമുമ്പ

വടക്ക് ഇരിങ്ങൽ കോട്ടയ്ക്കൽ കടപ്പുറംമുതൽ തെക്കു കന്യാകുമാരിവരെ തീരക്കടലിൽ ചേറ്റുകര (Mud Bank) നീങ്ങിക്കൊണ്ടിരിക്കും. നങ്കൂരത്തിന്റെ സുഗമമായ പോക്കിന് ഇത് അത്യന്തം സഹായകമാവും (അവലംബം: ഡോ: എം ആർ രാഘവ വാര്യർ).

പുതുപ്പണം (പുതുപ്പട്ടണം)

"മാപ്പിള എന്ന വാക്ക് 'മഹാ' എന്നും 'പിള്ള' എന്നും ചേർന്നുണ്ടായ താണ്. തിരുവിതാംകൂറിൽ നായന്മാർക്കുള്ള ഒരു സ്ഥാനപ്പേരുകൂ ടിയാണ് 'പിള്ള' എന്നത്. ആദ്യം മലയാളക്കരയിൽ കുടിപാർപ്പിനു വന്ന മുഹമ്മദീയർക്കു കല്പിച്ചുകൊടുത്തതും ഇതേ സ്ഥാനപ്പേരാണെന്നു വരാം. മലയാളക്കരയിൽ കുടിപാർപ്പിനുവന്ന ക്രിസ്തീയവിശ്വാസികളെ യും ഇതേ പേരുചൊല്ലി ആദരിച്ചതായും കരുതണം" (വില്യം ലോഗൻ). മരയ്ക്കാർ കുടുംബക്കാരുടെ ആസ്ഥാനമായിരുന്ന പൊന്നാനി നശിപ്പിക്കപ്പെട്ടതിനെത്തുടർന്ന് അവർ വടകരയ്ക്കടുത്ത് പുതുപ്പട്ടണ ത്തേക്ക് ആസ്ഥാനം മാറ്റി എന്ന നിഗമനമുണ്ട്. കോട്ടപ്പുഴയുടെ (കുറ്റ്യാടി പുഴ) വടക്കെ കരയിലാണ് വടകര. കോട്ടപ്പുഴ നദീമുഖത്തുള്ള കോട്ടയ്ക്ക ലിലേക്കാണ് അവർ താമസം മാറ്റിയത്.

പ്രാചീന കാലത്ത് കേരളം കൂടുതലായി ബന്ധപ്പെട്ടിരുന്നത് കടലിനക്കരെനിന്നും വന്നവരുമായിട്ടായിരുന്നു. വിദേശത്തുനിന്ന് ആശയങ്ങളെയും ജനങ്ങളെയും കേരളം മര്യാദയോടെ സ്വീകരിച്ചു. 'കേരള മര്യാദ' സഹിഷ്ണുതയുടെയും സമവായത്തിന്റെയും പ്രതീക മെന്ന നിലയിൽ ലോകപ്രസിദ്ധമായിരുന്നു. ജാതി-മത-ദേശ-വർഗ്ഗ പരിഗണനകൾക്കതീതമായി ആർക്കും സ്വതന്ത്രവ്യാപാരം നടത്താൻ കോഴിക്കോട്ടും പന്തലായനിക്കൊല്ലത്തും പുതുപ്പണത്തും വടകരയിലു മെല്ലാം സ്വാതന്ത്ര്യമുണ്ടായിരുന്നു. അതുകൊണ്ടാണ് ഈ പ്രദേശങ്ങൾ സുപ്രസിദ്ധ വിദേശ വാണിജ്യ കേന്ദ്രങ്ങളായി വളർന്നുവന്നത്. പുതുപ്പണത്തെ അങ്ങാടിത്താഴ എന്ന സ്ഥലം വ്യാപാരികളുടെ കച്ചവട കേന്ദ്രമായിരുന്നു.

ഉത്തരേന്ത്യയിൽ നിന്നുവന്ന രത്നവ്യാപാരികൾ പുതുപ്പണത്ത് ആദ്യം അധിവാസമുറപ്പിച്ചു എന്നൊരഭിപ്രായമുണ്ട്. സമ്പന്നരായ കുടിയേറ്റക്കാർ താമസമാക്കിയതോടെ ഈ പ്രദേശം പുതുപ്പട്ടണം അഥവാ പുതുപ്പണം എന്ന പേരിൽ അറിയപ്പെട്ടു. ഉത്തരേന്ത്യയിൽനിന്നും വന്ന ഇവരാണ് തങ്ങളുടെ കുലദേവതയെ പ്രതിഷ്ഠിച്ചുകൊണ്ട് പ്രസിദ്ധമായ ലോകനാർക്കാവ് ക്ഷേത്രം സ്ഥാപിച്ചത് എന്നാണ് വിശ്വാസം. ചൈനയുമായുള്ള വ്യാപാരത്തിന്റെ കഥകളും ലോകനാർ ക്കാവിന് പറയാനുണ്ട്. ലോകനാർക്കാവ് ഭഗവതീക്ഷേത്ര ശ്രീകോവി ലിന്റെ പുറംഭിത്തി ചൈനയിൽനിന്നും ഇറക്കുമതി ചെയ്ത പ്രത്യേകതരം കളിമണ്ണ് പൂശിയതാണെന്ന പഴമ തള്ളിക്കളയാനാവില്ല. ചൈനക്കാർ

ഡോ. കെ സി വിജയരാഘവൻ, ഡോ. കെ എം ജയശ്രീ

പുതുപ്പണത്തെത്തുകയും അവിടെ താമസിക്കുകയും ചെയ്തിരുന്നു. പുതുപ്പണത്തെ 'ചീനം വീട്' ചൈനക്കാരുടെ താമസ കേന്ദ്രമായിരുന്നു. 'മക്കിക്കപ്പൽ' എന്നറിയപ്പെട്ടിരുന്ന അറബിക്കപ്പലും 'മക്കീന്റവിട' എന്ന വീട്ടുപേരും അറബിലോകവുമായി പുതുപ്പണത്തിനും സമീപപ്രദേശ ങ്ങൾക്കുമുണ്ടായിരുന്ന അതിവിപുലമായ വാണിജ്യബന്ധത്തെ സൂചിപ്പിക്കുന്നു. പുതുപ്പണം, കോട്ടയ്ക്കൽ തുടങ്ങിയ പ്രദേശങ്ങൾ പഴയ രേഖകളിൽ 'നഗരം' എന്നാണറിയപ്പെട്ടിരുന്നത്.

വടകര തുറമുഖം

പുതുപ്പണത്തുനിന്ന് അധികം ദൂരെയല്ലാതെ സ്ഥിതിചെയ്യുന്ന ഒരു തുറമുഖമായിരുന്നു വടകര. തിരക്കുപിടിച്ച ഒരു കൊപ്രവ്യാപാരകേന്ദ്ര മായിരുന്നു വടകര എന്ന് വടക്കൻപാട്ടുകളിൽ സൂചനയുണ്ട്. വടകര (ബടകര) തുറന്ന കടൽക്കരയിൽ സ്ഥിതിചെയ്യുന്ന തിരക്കു പിടിച്ച വ്യാപാ രകേന്ദ്രവും കടത്തനാട്ടിലെ മുഖ്യ തുറമുഖകേന്ദ്രവുമാണെന്ന് വില്യം ലോഗൻ പ്രസ്താവിക്കുന്നു. പ്രധാന കയറ്റുമതി കോഫിയും കൊപ്രയും പച്ചത്തേങ്ങയുമായിരുന്നു. വ്യാപാരരംഗത്ത് കൊപ്രവ്യാപാരത്തിനു പ്രസിദ്ധി നേടിയ ഗുജറാത്തി സമൂഹവും മുസ്ലീങ്ങളുമായിരുന്നു പ്രധാനി കൾ. തദ്ദേശവാസികളായ മുസ്ലീങ്ങളും ഇവിടെ താമസമുറപ്പിച്ച ഗുജറാ ത്തി സമൂഹവും ഒത്തൊരുമിച്ചാണ് വ്യാപാരരംഗത്ത് പ്രവർത്തി ച്ചിരുന്നത്. വ്യാപാരരംഗത്ത് വടകരയുടെ പഴയപ്രതാപത്തിന് മങ്ങലേ റ്റെങ്കിലും വ്യാപാര സഹകരണത്തിന് ഇന്നും മാറ്റം സംഭവിച്ചിട്ടില്ല.

മരയ്ക്കാർമാരും ലോകനാർക്കാവും

ഉത്തരേന്ത്യയിൽ നിന്നും പതുപ്പണത്തുവന്നധിവാസമുറപ്പിച്ച രത്ന വ്യാപാരികൾ യാഥാസ്ഥിതികർ ആയിരുന്നെങ്കിലും ഒരേതൊഴിൽ ചെയ്യുന്നവരെന്നനിലയിൽ മറ്റു വ്യാപാര സമൂഹങ്ങളുമായി സൗഹൃദ ത്തിൽ വർത്തിച്ചു. കടൽ വ്യാപാരികളും കപ്പൽ സഞ്ചാരികളുമായ മര യ്ക്കാർ വിഭാഗവുമായും ഇവർക്കു വ്യാപാര - സൗഹൃദബന്ധമുണ്ടാ യിരുന്നു. കോട്ടയ്ക്കൽ, കുഞ്ഞാലിമരയ്ക്കാർമാരുടെ ആസ്ഥാനമായ പ്പോഴും ലോകനാർകാവ് ക്ഷേത്രസ്ഥാപകരും മരയ്ക്കാർമാരുമായുള്ള സൗഹൃദം കോട്ടമില്ലാതെ തുടർന്നു.

"കാവിൽ ഭഗവതീ പൊന്നമ്മയ്ക്ക്
മക്കേയുളെ മക്കളും മക്കളാണ്
മെക്കേലെമക്കളും മക്കളാണ്
മരയ്ക്കാരുമക്കളും മക്കളാണ്"
(അവലംബം: വി.കെ. കൃഷ്ണൻ നായർ,
പുത്തൻപുരയിൽ, ലോകനാർകാവ്)

എന്ന പാട്ടിലെ വരികൾ ലോകനാർ കാവിലമ്മ ലോകത്തിലെ നാനാ

ഭാഗങ്ങളിലുള്ള നാനാജാതി മതസ്ഥരായ ജനവിഭാഗങ്ങളെയും മക്കളായി കരുതുന്നു എന്നാണ് വെളിപ്പെടുത്തുന്നത്. (മക്ക്യെളെ മക്കളെന്നാൽ അറബികൾ എന്നാണർത്ഥം) വിവിധ മതത്തിൽപ്പെട്ട ജനങ്ങൾ പരസ്പരം ബഹുമാനിച്ചും സ്നേഹിച്ചും അംഗീകരിച്ചും അധിവസിക്കുന്ന മറ്റു പ്രദേശങ്ങൾക്കും ഇത്തരം കഥകൾ പറയാനുണ്ടാകും. ഇത്തരം വിശ്വാസങ്ങളാണ് ഹൈന്ദവ ദേവാലയങ്ങൾക്ക് സഹായങ്ങൾ ചെയ്യാൻ മുസ്ലീങ്ങളും മറ്റിതരമതസ്ഥരും പള്ളികൾക്ക് സഹായങ്ങൾ ചെയ്യാൻ ഹിന്ദുക്കളും യാതൊരുമടിയുമില്ലാതെ സ്വമേധയാ മുന്നോട്ടുവന്നതിന്റെ കാരണം.

ഓരോ മതവിഭാഗങ്ങൾക്കായി പ്രത്യേക അധിവാസകേന്ദ്രമെന്ന രീതി കേരളത്തിലുണ്ടായിരുന്നില്ല. വിവിധ ജാതിമതസ്ഥർ അയൽക്കാ രായി ജീവിച്ചുവന്നതിനാൽ ജാതി-മത ചിന്തകൾക്കതീതമായ ഒരു പൊതു സംസ്കാരധാര ഇവിടെ ഉയർന്നുവന്നു. ക്രിസ്ത്യൻ, മുസ്ലിം, ഹൈന്ദവ ദേവാലയങ്ങൾ പല കേരളീയ ഗ്രാമങ്ങളിലും അടുത്തടുത്താണ് നിർമ്മിക്കപ്പെട്ടത്. കടൽ കടന്നുവന്ന വിവിധ സംസ്കാരങ്ങളും വിന്ധ്യ പർവതം കടന്ന് ഇവിടെയെത്തിയ ബുദ്ധ-ജൈന മതങ്ങളും വേദ സം സ്കാരവും കേരളത്തിന്റെ ജീവിതവീക്ഷണത്തെ സാരമായി സ്വാധീ നിച്ചു. കാർഷിക വിപ്ലവത്തിന് തുടക്കം കുറിച്ച കലപ്പയുടെ ഉപയോഗം കേരളത്തിൽ പ്രചരിപ്പിച്ചത് ബുദ്ധഭിക്ഷുക്കളായിരുന്നു. ബുദ്ധഭിക്ഷുക്കൾ ഭിക്ഷാപാത്രം കൊണ്ടുമാത്രമല്ല ജീവിച്ചത്. അവർ ഒന്നാന്തരം കർഷ കരുമായിരുന്നു എന്നതിന് തെളിവുകളുണ്ട്.

9

കുഞ്ഞാലിമരയ്ക്കാർ നാലാമൻ അനശ്വരതയിലേക്ക്

പോർച്ചുഗീസ് – സാമൂതിരി ബന്ധം കുഞ്ഞാലിമരയ്ക്കാർ നാലാമന്റെ കാലശേഷം

കുഞ്ഞാലി നാലാമനെ പോർച്ചുഗീസുകാർ വധിച്ചതിൽ ദുഃഖിതനായ സാമൂതിരി അവരുമായുള്ള എല്ലാം ഉടമ്പടികളും അവസാനിപ്പിച്ചു. മരയ്ക്കാരുടെ വേദനാജനകമായ അന്ത്യം സാമൂതിരിക്ക് സഹിക്കാൻ കഴിഞ്ഞില്ല. നാടിനുവേണ്ടി രക്തസാക്ഷിത്വം വരിച്ച കുഞ്ഞാലിമരയ്ക്കാരുടെ മൃതദേഹത്തെപ്പോലും അപമാനിച്ച പറങ്കികളെ കേരളക്കരയിൽ നിന്നും ആട്ടിയോടിക്കുമെന്ന് സാമൂതിരി പ്രതിജ്ഞയെടുത്തു. പോർച്ചുഗീസുകാരെ നാട്ടിൽ നിന്നും എന്തുവിലകൊടുത്തും തുരത്തുവാൻ സാമൂതിരി പദ്ധതികൾ ആവിഷ്കരിച്ചു.

1604ൽ സാമൂതിരി പോർച്ചുഗീസുകാരുടെ ശത്രുക്കളായ ഡച്ചുകാരുമായി കരാറുണ്ടാക്കി പോർച്ചുഗീസുകാരെ പഠം പഠിപ്പിക്കാൻ ഒരുങ്ങി. കുഞ്ഞാലിമരയ്ക്കാരെ ചതിയിൽ പിടികൂടി വധിച്ച സംഭവത്തിനുശേഷം സാമൂതിരി പോർച്ചുഗീസുകാരുടെ വാക്കുകൾക്ക് വില കല്പിക്കാനോ അവരുമായി ഉടമ്പടി ഉണ്ടാക്കാനോ തയ്യാറാവാതെ അവരെ തന്റെ രാജ്യത്ത് നിന്നും തുരത്തി മര്യാദ പഠിപ്പിക്കാനാണ് ശ്രദ്ധ കേന്ദ്രീകരിച്ചത്.

സാമൂതിരി വീണ്ടും മരയ്ക്കാർ കുടുംബത്തിൽപ്പെട്ട വീരയോദ്ധാക്കൾക്ക് കുഞ്ഞാലിമരയ്ക്കാർ എന്ന സ്ഥാനം നല്കി അവരെ അംഗീകരിച്ചു പോന്നു. 1667 ൽ കൊടുങ്ങല്ലൂർ വട്ടക്കോട്ടയിൽ വെച്ച് (കോട്ടപ്പുറം കോട്ട) സാമൂതിരി കുഞ്ഞിക്കലന്തന് 'കുഞ്ഞാലിമരക്കായർ' എന്ന സ്ഥാനം നല്കിയതായി കോഴിക്കോട് ഗ്രന്ഥവരിയിൽ കാണുന്നു (അവലംബം: ഡോ. എൻ എം നമ്പൂതിരി).

കൊല്ലവർഷം 842 (ഏ.ഡി.1667)ൽ കുഞ്ഞാലിമരയ്ക്കായര് സ്ഥാനം നല്കുന്ന നീട്ട്

കുടിയൊടി കൊട്ടെക്കൽ മരെക്കായെൻ
മകൻ പെര്വിളിക്കവെന്ന തൊഴുത
തിരുമുൽക്കാഴ്ചവെച്ചതും പെര് വിളിച്ച
പെര്കാരെയും എഴുതിയ കണക്ക കൊല്ലം
(842) ആമത മീനവിയാഴം മകര ഞായെര്
(28)ാംന് കൊടുങ്ങല്ലൂര് തിരുവഞ്ചക്കളത്ത
വട്ടകൊട്ടയിൽ ഇരുന്നരുളെ കുഞ്ഞിക്കാതി പെട്ടിയും
പച്ചവാലയും തിരുമുൽകാഴ്ച വെച്ച
തൊഴുതതിന്റെ ശെഷം...........................
മെപ്പടി കുഞ്ഞിക്കലെന്തര്ക്ക
കുഞ്ഞാലി മരക്കായര് എന്ന പെര് വിളിക്കയിൽ
തിരുമുൽകാഴ്ച വരവ്

(സാമൂതിരി ഗ്രന്ഥവരി)

നഷ്ടപ്രതാപത്തിന്റെ ശേഷിപ്പുകൾ

ഇടിച്ചു നിരത്തപ്പെട്ട മരയ്ക്കാർ കോട്ടയുടെ അവശിഷ്ടങ്ങളൊന്നും ഇന്ന് ബാക്കിയില്ല. എന്നാൽ കുഞ്ഞാലിമരയ്ക്കാർ നാലാമൻ പോർച്ചു ഗീസുകാരിൽ നിന്നും പിടിച്ചെടുത്ത അമൂല്യമായ സിംഹാസനവും വാളും മരയ്ക്കാർ കോട്ടയ്ക്ക് സമീപമുള്ള ഇരിങ്ങൽ കോട്ടയ്ക്കൽ കുഞ്ഞാലിമരയ്ക്കാർ ജുമാ മസ്ജിദിൽ സൂക്ഷിച്ചിട്ടുണ്ട്. പഴയ ഒരു തൂക്കുവിളക്കും ഈ പള്ളിയിലുണ്ട്.

കരിങ്കൽ പാകിയ പടവുകളുള്ള ജുമാ മസ്ജിദിന് വളരെ പഴക്ക മുണ്ട്. ഈ ദേവാലയത്തിന്റെ വാസ്തു ശില്പഭംഗി ആകർഷകമാണ്. ചരിത്രപ്രാധാന്യത്തോടൊപ്പം വാസ്തുശില്പഭംഗിയുമുള്ള കോട്ടയ്ക്കൽ വലിയ ജുമുഅത്ത് പള്ളി കേരള സർക്കാരിന്റെ പുരാവസ്തുവകുപ്പ് സംരക്ഷിത സ്മാരകമായി പ്രഖ്യാപിച്ചിട്ടുണ്ട്. പള്ളിക്കുമുമ്പിലുള്ള കുള ത്തിനും ഏറെ കഥകൾ പറയാനുണ്ടാവും. ഇതിന് സമീപമാണ് കോട്ടപ്പു ഴയും വിദേശികൾക്കെതിരെ യുള്ള പോരാട്ടങ്ങൾക്ക് വേദി യൊരുക്കിയ ഇരിങ്ങൽപ്പാറ യും നിലകൊള്ളുന്നത്. ഇന്ന്, നാഗരികതയുടെ ആർത്തി ഇരിങ്ങൽപ്പാറയെ വെറുമൊരു അസ്ഥികുടമാക്കി മാറ്റിയി രിക്കുന്നു!

മരയ്ക്കാർ കോട്ടയുടെ

കുഞ്ഞാലിമരയ്ക്കാർ പോർച്ചുഗീസു കാരിൽനിന്നും പിടിച്ചെടുത്ത സിംഹാസനം

ഡോ. കെ സി വിജയരാഘവൻ, ഡോ. കെ എം ജയശ്രീ

ചുറ്റുമതിലിന് സമീപത്തുള്ള ചില വീടുകൾ ഇന്നും 'കോട്ടച്ചുറ്റ്' എന്നാണ് അറിയപ്പെടുന്നത്. ഇതിനു സമീപമുള്ള പറമ്പുകളിൽ നിന്നാണ് ചില പീരങ്കിളണ്ടകൾ ലഭിച്ചത്. വാളുകൾ, പീരങ്കി ഉണ്ടകൾ എന്നിവ വീടുകെട്ടാൻ അസ്ഥിവാരം താഴ്ത്തിയപ്പോൾ പല ഭാഗത്തുനിന്നും ലഭിച്ചു.

സ്വതന്ത്രഭാരതവും കുഞ്ഞാലിമരയ്ക്കാർമാരും: കുഞ്ഞാലി മരയ്ക്കാർ മ്യൂസിയം പീരങ്കി ഉണ്ടകളും വാളുകളും

അധിനിവേശത്തിനെതിരെയുള്ള പ്രതിരോധത്തിന്റെയും പോരാട്ട ത്തിന്റെയും കഥപറയുന്ന വാളുകളും പീരങ്കിളണ്ടകളും കോഴിക്കോട് ജില്ലയിലെ കൊയിലാണ്ടി താലൂക്കിൽ ഇരിങ്ങൽ വില്ലേജിൽ സ്ഥിതി ചെയ്യുന്ന കോട്ടയ്ക്കൽ കുഞ്ഞാലിമരയ്ക്കാർ മ്യൂസിയത്തിൽ സൂക്ഷിച്ചിട്ടു ണ്ട്. അവിടെ മരയ്ക്കാർ കോട്ടയുടെ ഒരു മാത്യകയും നിർമ്മിച്ച് പ്രദർശി പ്പിച്ചിട്ടുണ്ട്. മ്യൂസിയത്തിൽ നാവിക സേനാനായകന്മാരായ കുഞ്ഞാലി മരയ്ക്കാർമാരെ ആദരിക്കുന്നതിനായി ഇന്ത്യൻ നേവി സമർപ്പിച്ച മരണാനന്തര ബഹുമതി ത്യാഗത്തിന്റെ ബലിപീഠത്തിൽ സർവ്വവും അർപ്പിച്ച ധീര ദേശാഭിമാനികളോടുള്ള ആദരവിന്റെ പ്രതീകമാണ്.

മരയ്ക്കാരുടെ പഴയ തറവാട് (അവശേഷിക്കുന്ന ഭാഗം) ഭദ്രമായി സംരക്ഷിക്കപ്പെട്ടിരിക്കുന്നു. തറവാടിന് മുമ്പിൽ കരിങ്കൽ കൊണ്ട് നിർമ്മിച്ച രണ്ട് പഴയ ഇരിപ്പിടങ്ങൾ കാണാം. കുഞ്ഞാലിമരയ്ക്കാർമാരുടെ സ്മരണ ഉണർത്തുന്ന തറവാടും പരിസരവും ലൈബ്രറിയും മ്യൂസിയവും പുരാവസ്തു വകുപ്പിന്റെ കീഴിലാണ്. മനോഹരമായ ഒരു ഉദ്യാനവും ഇവിടെയുണ്ട്.നാണയങ്ങൾ

പതിമൂന്നുമുതൽ പതിനെ ട്ടുവരെയുള്ള നൂറ്റാണ്ടുകളിലാണ് കേരളത്തിൽ തദ്ദേശീയമായ നാണയ ങ്ങൾക്ക് പ്രചാരം ലഭിക്കുന്നത്. മല ബാറിൽ പ്രചാരത്തിലുണ്ടായിരുന്ന പ്രധാന പ്രാദേശിക നാണയങ്ങൾ കോലത്തിരിയുടെ 'പണ'വും സാമൂ തിരിയുടെ 'വീരരായൻ പണ'വുമാ യിരുന്നു. ചെമ്പുകാശ്, വെള്ളിതാരൻ, സ്വർണ്ണപ്പണം തുടങ്ങിയവ സാമൂതി രിയുടെ നാണയക്കമ്മെട്ടത്തിൽ അടിച്ചി രുന്നു. പണം, പുതുപ്പണം, കോഴി ക്കോട് പുതുപ്പണം, കോഴിക്കോടൻ പണം തുടങ്ങിയ പേരുകളിൽ കോഴി ക്കോട്ടെ നാണയം അറിയപ്പെട്ടിരുന്നു.

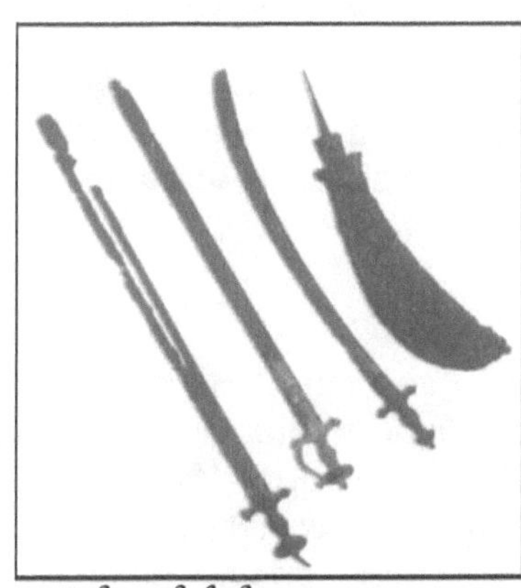

ഇരിങ്ങലിൽനിന്നും കണ്ടെടുത്ത പഴയ വാളുകൾ

സാമൂതിരിമാരുടെ സ്ഥാനപ്പേരുകളിലൊന്ന് 'വീരരായൻ' എന്നായിരുന്നു.

വീരരായൻ അടിച്ചിരുന്നതിനാൽ കോഴിക്കോടൻ നാണയത്തിന് 'വീരരായൻ പണം' എന്നായിരുന്നു ഔദ്യോഗികനാമം. പലസ്ഥലങ്ങളിൽ നിന്നും വീരരായൻപണം കണ്ടെടുത്തിട്ടുണ്ട്. പുരാവസ്തുവകുപ്പിന്റെ ശേഖരത്തിലുള്ള നാല് വീരരായൻ വെള്ളിനാണയങ്ങൾ കുഞ്ഞാലി മരയ്ക്കാർ മ്യൂസിയത്തിൽ സൂക്ഷിച്ചിട്ടുണ്ട്.

കേരളത്തിലെ ചില പ്രദേശങ്ങളിൽ ആധിപത്യ മുറപ്പിച്ച പോർച്ചു ഗീസുകാർ കേരളത്തിനും ഗോവയ്ക്കുമായി നാണയങ്ങൾ അടി ച്ചിറക്കിയിരുന്നു. 1521ൽ കൊച്ചിയിൽ കമ്മട്ടം തുറക്കാനുള്ള അവകാശം നേടിയ പോർച്ചുഗീസുകാർ പതിനാലുതരം നാണയങ്ങൾ പുറത്തിറക്കി. വെള്ളി, ചെമ്പ്, സ്വർണ്ണം, തുത്തനാകം, കാരിയം മുതലായ ലോഹങ്ങൾ നാണയമടിക്കാൻ അവർ ഉപയോഗിച്ചു. 1521 മുതൽ 1557 വരെ പോർച്ചുഗീസുകാർ 'ബുസാറുക്കോ' എന്ന ചെമ്പുനാണയം വിനിമയ ത്തിനായി ഉപയോഗിച്ചിരുന്നു. സെന്റ് തോമസിന്റെ ചിത്രം മുദ്രണം ചെയ്ത 'പർദാവു' ആണ് പോർച്ചുഗീസുകാരുടെ പ്രധാന നാണയം.

വീരരായൻ വെള്ളിനാണയങ്ങളും
പോർച്ചുഗീസ്-ഇന്ത്യാ നാണയങ്ങളും

ഉമറുപ്പിയ, സിറ ഫിം, ചെമ്പു ബു സാറുക്കോ, റീസ്, എറ്റിയ, കപ്പിയ, ടങ്ക, പത്തക്കാവു, ബസ്തിയാവോ, മനായെൽ, എ സ്ക്യൂഡോ തുട ങ്ങിയവയാണ് മറ്റ് പോർച്ചു ഗീസ് ഇന്ത്യാ നാണയ ങ്ങൾ. പന്ത്രണ്ട് പോർച്ചുഗീസ് നാണയങ്ങൾ കുഞ്ഞാലി മരയ്ക്കാർ സ്മാരക മ്യൂസിയത്തിൽ പ്രദർശിപ്പിച്ചിരിക്കുന്നു (അവലംബം: *ഗൈഡ് ബുക്ക്*, കുഞ്ഞാലിമരയ്ക്കാർ സ്മാരക മ്യൂസിയം, കോട്ടയ്ക്കൽ).

സ്മാരകസ്തൂപം

കുഞ്ഞാലിമരയ്ക്കാർ സ്മാരകത്തിനുമുമ്പിൽ തലയുയർത്തി നില്ക്കുന്ന സ്തൂപം നാവിക ചരിത്രത്തിലെ അനശ്വരരായ നാവിക പടത്തലവന്മാരായ കുഞ്ഞാലിമാരുടെ സ്മരണ എക്കാലവും നിലനിർത്താൻ ഇന്ത്യൻ നേവി സ്ഥാപിച്ചതാണ്. 'ഭിന്നിപ്പിച്ചു ഭരിക്കുന്ന' സാമ്രാജ്യത്വതന്ത്രം മനസ്സിലാക്കി ഒരുമയോടെ ജീവിച്ച് രാജ്യത്തെ രക്ഷിക്കുവാൻ കുഞ്ഞാലിമരയ്ക്കാർ സ്മാരകം ഓരോ ഇന്ത്യാ ക്കാരനെയും ആഹ്വാനം ചെയ്യുന്നു. കുട്ടി അഹമ്മദ് അലി, കുട്ടിപ്പൊക്കർ അലി, പാത്തുമരയ്ക്കാർ, മുഹമ്മദ് അലി മരയ്ക്കാർ എന്നീ നാല്

ഡോ. കെ സി വിജയരാഘവൻ, ഡോ. കെ എം ജയശ്രീ

കുഞ്ഞാലിമരയ്ക്കാർമാരുടെ പേരു കൾ സ്മാരക സ്തൂപത്തിൽ ആലേ ഖനം ചെയ്തിട്ടുണ്ട്.

ഐ എൻ എസ് കുഞ്ഞാലി

കുഞ്ഞാലിമാരുടെ പോരാട്ട ത്തിന്റെയും കുഞ്ഞാലി നാലാമന്റെ രക്തസാക്ഷിത്വത്തിന്റെയും പ്രധാ ന്യം മനസ്സിലാക്കിയ പ്രഥമ പ്രധാന മന്ത്രി ജവഹർലാൽ നെഹ്റു ഇന്ത്യൻ നാവിക സേനയുടെ കപ്പലിന് 'ഐ എൻ എസ് കുഞ്ഞാലി' എന്ന പേര് നല്കി. ധീരദേശാഭിമാനികളും നാവി കപ്പടത്തലവന്മാരുമായ കുഞ്ഞാലി

കുഞ്ഞാലിമരയ്ക്കാർ സ്മാരകത്തിന്റെ മുറ്റത്ത് ഇന്ത്യൻനേവി സ്ഥാപിച്ച സ്തൂപം

മരയ്ക്കാർമാരെ ആദരിച്ചുകൊണ്ട് മുംബൈയിലെ ഒരു നാവിക സ്ഥാ പനത്തിനും 'ഐ എൻ എസ് കുഞ്ഞാലി' എന്ന പേര് നല്കിയിട്ടുണ്ട്.

സ്മാരക സ്റ്റാമ്പ്

കുഞ്ഞാലിമരയ്ക്കാർ നാലാമന്റെ രക്തസാക്ഷിത്വത്തിന്റെ നാനൂറാം വാർഷികമായ എ ഡി രണ്ടായിരമാണ്ടിൽ ഇന്ത്യൻ തപാൽ വകുപ്പ് മര യ്ക്കാർമാരുടെ നാവികപാരമ്പര്യത്തിന്റെ സ്മരണയ്ക്കായി സ്റ്റാമ്പിറ ക്കിയിട്ടുണ്ട്. സ്റ്റാമ്പിൽ കുഞ്ഞാലിമരയ്ക്കാരുടെ യുദ്ധനൗകയുടെ ചിത്രം ആലേഖനം ചെയ്തിരിക്കുന്നു.

മരയ്ക്കാർ വംശപരമ്പരയെപ്പറ്റി മജീദ് മരയ്ക്കാർ ('മരക്കാർസ്' കോട്ടയ്ക്കൽ)

"കോട്ടയ്ക്കൽ, തിക്കോടി, കടവത്തൂർ, നാദാപുരം, ബേപ്പൂർ, പെരിങ്ങത്തൂർ തുടങ്ങിയ പ്രദേശങ്ങളിൽ മരയ്ക്കാർമാരുടെ വംശപരമ്പര യിൽപ്പെട്ടവർ ഇന്നുമുണ്ട്. മരയ്ക്കാർമാർ കപ്പൽ സഞ്ചാരികളും പ്രസി

കുഞ്ഞാലിമരയ്ക്കാർ സ്മാരക സ്റ്റാമ്പ്

ദ്ധരായ വ്യാപാരികളുമായിരുന്നു. ഇന്നും അവർ ആ പാരമ്പര്യം കാത്തു സൂക്ഷി ക്കുന്നു. തന്റെ ബാല്യകാലത്ത് ഇന്നത്തെ കോട്ടയ്ക്കൽ കുഞ്ഞാലിമരയ്ക്കാർ ജുമാമസ്ജിദിന് സമീപം 'കോട്ടച്ചുറ്റിൽ' മരയ്ക്കാർ കോട്ടയുടെ ചില അവശി ഷ്ടങ്ങൾ കണ്ടിട്ടുണ്ട്. മസ്ജിദിന് മുൻവശ ത്തുള്ള കുളത്തിൽ വെള്ളം നിറഞ്ഞാൽ അധികവെള്ളം പുഴയിലേക്കൊഴുകുവാൻ

സംവിധാനമുണ്ട്. കോട്ടപ്പുഴയും പുതുപ്പണം കരയുമായി ബന്ധിപ്പിക്കുന്ന ഒരു നടപ്പാത പുഴയിലുണ്ടായിരുന്നു. ഇപ്പോഴും നടപ്പാത വെള്ളം കുറയുന്ന സമയത്ത് ഭാഗികമായി കാണാം.

മാതാവ് വലിയപീടികയിൽ ഖദീജ ഉമ്മയും, പിതാവ് ഖാസി കുടുംബാംഗമായ അബ്ദുള്ളയുമാണ്. ജ്യേഷ്ഠൻ പരേതനായ പി വി മുഹമ്മദ് മരയ്ക്കാർ എഴുത്തുകാരനും പണ്ഡിതനുമായിരുന്നു. മരയ്ക്കാർമാരുടെ പഴയ പ്രതാപത്തിന്റെ കഥകൾ മാതാപിതാക്കളിൽ നിന്നും പ്രായമുള്ള മറ്റു ബന്ധുക്കളിൽ നിന്നും കുട്ടിക്കാലത്ത് കേട്ടിട്ടുണ്ട്. പുതുപ്പണം വാഴുന്നവർ കുഞ്ഞാലി നാലാമന്റെ രക്തസാക്ഷിത്വ ത്തിനുശേഷം മരയ്ക്കാർ കുടുംബക്കാർക്കു സംരക്ഷണം നല്കിയിരുന്നു. കുഞ്ഞാലി നാലാമന്റെ പടയിൽ നായരും തിയ്യരുമുൾപ്പെടെയുള്ള ഹിന്ദുക്കൾ ധാരാളമുണ്ടായിരുന്നു.

മരയ്ക്കാർ കുടുംബക്കാരും ലോകനാർക്കാവ് ഭഗവതീക്ഷേത്ര സ്ഥാപകരായ രത്നവ്യാപാരികളായ ബ്രാഹ്മണരും തമ്മിൽ ഉറച്ച സൗഹൃദമുണ്ടായിരുന്നുവെന്നതിന് ധാരാളം സൂചനകളുണ്ട്. രണ്ടുകൂട്ടരും വ്യാപാരം മുഖ്യതൊഴിലായി സ്വീകരിച്ചവരായിരുന്നു. 'പുറത്തൊരമ്മ' 'അകത്തൊരുമ്മ' എന്ന ചൊല്ല് മരയ്ക്കാർമാരും ഹിന്ദുക്കളും തമ്മിലുള്ള സാഹോദര്യത്തെ സൂചിപ്പിക്കുന്നു. അകത്തുള്ള ഉമ്മയെപ്പോലെ പുറത്തുള്ള അമ്മയെ സ്നേഹബഹുമാനങ്ങളോടെ മരയ്ക്കാർമാർ കണ്ടിരുന്നു. ഹിന്ദുക്കൾ മുസ്ലിങ്ങളോടും അതേ രീതിയിൽ പെരുമാറി"– രേഖകളുടെ പിൻബലത്തോടെ കുഞ്ഞാലിമരയ്ക്കാരുടെ വംശപരമ്പരയിൽപ്പെട്ട മജീദ് മരയ്ക്കാർ വ്യക്തമാക്കുന്നു.

10

കുഞ്ഞാലിമരയ്ക്കാർമാർ പ്രമുഖ ചരിത്രകാരന്മാരുടെ വിലയിരുത്തലുകൾ

ഡോ. കെ കെ എൻ കുറുപ്പ് & ഡോ. കെ എം മാത്യു

"പതിനാറാം ശതകത്തിൽ മലബാറിനു പോർച്ചുഗീസുകാരുമായി ഉണ്ടായിരുന്ന ബന്ധങ്ങളുടെ ചരിത്രം യഥാർത്ഥത്തിൽ സ്വന്തം നാടി നുവേണ്ടി തങ്ങളുടെ സർവ്വസവും സമർപ്പിക്കുകയും പടപൊരുതുകയും രക്തസാക്ഷികളാവുകയും ചെയ്ത ധീരദേശാഭിമാനികളായിരുന്ന കുഞ്ഞാലിമരയ്ക്കാർമാരുടെ ചരിത്രമാണ്..........

സാമൂതിരിയുടെ സേവകരെന്ന നിലയിൽ അസാമാന്യമായ ധീരത യും ത്യാഗസന്നദ്ധതയുമാണ് അവർ പ്രകടിപ്പിച്ചത്. പോർച്ചുഗീസുകാ രോട് നിർഭയരായി യുദ്ധം ചെയ്ത അവർ, ഇന്ത്യൻ നാവികചരിത്രത്തിലെ തന്നെ നിർണ്ണായകബിന്ദുവായി മാറി. മലബാറിലെ തീരദേശജനത കുഞ്ഞാലിമരയ്ക്കാർമാരുടെ ജീവിതം പ്രമേയമാക്കി ഒരുക്കിയ നാടോടി ഗീതങ്ങളും കഥാഗാനങ്ങളും ഇന്നും നിലനില്ക്കുന്നു. പതിനാറാം നൂറ്റാണ്ടിൽ ലോകം കണ്ട ഏറ്റവും ഉഗ്രമായ പോർച്ചുഗീസ് നാവിക ശക്തിയുടെ മേധാവിത്വത്തിൽ ഒരു നൂറ്റാണ്ടു നീണ്ടുനിന്ന ധീരസം ഗ്രാമങ്ങളിൽ കുഞ്ഞാലിമരയ്ക്കാർ സ്വയം സമർപ്പിക്കുകയായിരുന്നു..........
നൂറു വർഷങ്ങൾ (1500–1600) നീണ്ടുനിന്ന യുദ്ധങ്ങളിൽ മരയ്ക്കാർമാരുടെ അതുല്യമായ ധീരതയും നാവിക സാമർത്ഥ്യവും സ്ഥിരോത്സാഹവും പ്രകടമായി.

പോർച്ചുഗീസുകാർക്കെതിരെയുള്ള യുദ്ധങ്ങൾക്കിടയിൽ മരയ്ക്കാർ കുടുംബം ധീരരായ നാലു നാവികസൈന്യാധിപന്മാരെ ദേശത്തിനു നല്കി. അതിനിടയിൽ പതിനഞ്ചു സാമൂതിരിമാരും കടന്നുപോയി. രാജാക്കന്മാരുടെ തുടരെത്തുടരെയുള്ള മാറ്റം അധികാരകേന്ദ്രത്തെ ദുർബലപ്പെടുത്തുകയും ചെയ്തു............ സാമൂതിരിക്ക് അതുവരെ

ഉണ്ടായിരുന്ന രാജാധികാരമഹത്ത്വത്തെ അപഹാസ്യമാക്കിയ സംഭവ മായിരുന്നു കുഞ്ഞാലി നാലാമന്റെ ദാരുണമായ അന്ത്യം..... കുഞ്ഞാലി മാരുടെ അന്ത്യം മലബാറിന്റെ ചരിത്രത്തിലെ അതിദാരുണ രംഗങ്ങളിലൊന്നാണ്" (അവലംബം: 'മലബാർ പൈതൃകവും പ്രതാ പവും').

സർദാർ കെ എം പണിക്കർ

"പോർച്ചുഗീസുകാരുടെ നാവിക സ്വേച്ഛാധിപത്യത്തിന് എതിരായി പോരാടിയ കുഞ്ഞാലിമാരുടെ നേട്ടങ്ങൾ മലബാറിന്റെ ചരിത്രത്തിൽ മഹത്തായ ഒരദ്ധ്യായമാണ്. ഈ പടനായകന്മാരുടെ ജീവിതങ്ങൾ മലബാറിനാകെത്തന്നെ മഹത്ത്വവും അഭിമാനവും പകരുന്നു".

പ്രൊഫ. എ. ശ്രീധരമേനോൻ

"കുഞ്ഞാലിമരയ്ക്കാർമാരുടെ അന്ത്യം കേരളചരിത്രത്തിലെ ദുരന്ത പര്യവസായിയായ ഒരു സംഭവമാണ്. ഒരുകാലത്ത് തന്റെ പ്രഭുവും യജമാ നനുമായിരുന്ന സാമൂതിരി കാരണമാണ് ഇപ്രകാരം സംഭവിച്ചത് എന്നത് കുഞ്ഞാലിമരയ്ക്കാരുടെ അന്ത്യം കൂടുതൽ ദുരന്തപൂർണ്ണമാക്കുന്നു. പോർച്ചുഗീസ് ആധിപത്യത്തിന്നെതിരെ സാമൂതിരി നടത്തിയ യു ദ്ധങ്ങളിലെ ശക്തികേന്ദ്രമായിരുന്ന കുഞ്ഞാലിമരയ്ക്കാരെ സാമൂതിരിയും പോർച്ചുഗീസുകാരും തമ്മിലുള്ള അവിശുദ്ധവും അവസരവാദപരവുമായ ഒരു സഖ്യത്തിലൂടെ നശിപ്പിച്ചുവെന്നത് ചരിത്രത്തിലെ ഒരു വിരോധാഭാ സമാണ്. ഈ പ്രവൃത്തികൊണ്ട് സാമൂതിരിയുടെ യശസ്സ് അല്പംപോലും ഉയർന്നില്ല. വിജയമുഹൂർത്തത്തിൽ തന്റെ പഴയ പടനായകനായ കുഞ്ഞാലിയോട് സാമൂതിരി കാണിച്ച പെരുമാറ്റം സാമൂതിരിമാരുടെ ഭരണചരിത്രത്തിലെ ഒരു കളങ്കം തന്നെയാണ്. കുഞ്ഞാലിമരയ്ക്കാർമാരു ടെ ധീരദേശാഭിമാനത്തിന്റെ സ്മരണകൾ മലബാറിലെ ജനങ്ങൾക്കിട യിൽ ഇന്നും വീരസ്മരണകൾ ഉണർത്തുന്നു".

ഒ കെ നമ്പ്യാർ

"1498നും 1630നും ഇടയിലുള്ള ഒരു നൂറ്റാണ്ടിലേറെക്കാലം മലബാ റിലെ നാവികർ കടൽക്കൊള്ളക്കാരെ തുരത്താനും സ്വന്തം നാടിനെ രക്ഷിക്കാനുമായി നിരന്തരം പൊരുതിക്കൊണ്ട് കടലിലെല്ലായിടത്തും സഞ്ചരിച്ചു. ചിലപ്പോൾ അവർ പരാജയപ്പെട്ടിരുന്നെങ്കിലും ഉടൻ ശക്തി സംഭരിച്ച് വീണ്ടും വീണ്ടും യുദ്ധം ചെയ്ത് ശത്രുക്കളെ തുരത്തി...... നമ്മുടെ നാവികരുടെ ദേശാഭിമാനോജ്ജ്വലമായ ധൈര്യവും വീരാപദാന ങ്ങളും അനുസ്മരിക്കേണ്ടിയിരിക്കുന്നു. അവരുടെ ത്യാഗവും സേവന വുമില്ലായിരുന്നുവെങ്കിൽ ഗോവയുടെ ആധിപത്യം കന്യാകുമാരിവരെയു ള്ള തീരപ്രദേശത്ത് മുഴുവൻ വ്യാപിച്ചുകിടക്കുമായിരുന്നു".

ഡോ. കെ സി വിജയരാഘവൻ, ഡോ. കെ എം ജയശ്രീ

പി എ സെയ്തുമുഹമ്മദ്

"കടൽ ഒളിയുദ്ധക്കാരനെന്ന നിലയിൽ പ്രഗല്ഭനായ കുട്ടിയാ ലിയുടെ ആക്രമണത്തിനുമുമ്പിൽ പറങ്കികൾ വിഷമിച്ചു. ഗാമയുടെ പടയൊരുക്കം ഗ്രഹിച്ച സാമൂതിരിസേന പ്രഗല്ഭനായ കുട്ടിയാലി മരയ്ക്കാരുടെ നേതൃത്വത്തിൽ എല്ലാവിധ സജ്ജീകരണങ്ങളോടുംകൂടി സൈനികപ്രവർത്തനം ഊർജ്ജിതമാക്കിയിരുന്നു. 1524 കേരളചരി ത്രത്തിലെ നിർണ്ണായകമായ ഒരു വർഷമാണ്........... ഗാമ സംവിധാനം ചെയ്തത് മുസ്ലിങ്ങളെ പിഴുതെറിയാനുള്ള അവസാന സമരമായിരുന്നു. മാരകമായ അനുഭവങ്ങളിൽനിന്ന് മോചനം നേടാൻ സാമൂതിരിവംശവും കേരള മുസ്ലിങ്ങളും പൂർവ്വോപരി ഐക്യത്തോടെ സന്നാഹങ്ങൾ ഏർപ്പെടുത്തി. യുദ്ധവിളിയുമായി മുന്നോട്ടുനീങ്ങിയ പോർച്ചുഗീസു കാരുടെ ഒരു കപ്പൽസൈന്യത്തെ കുട്ടിയാലി മരയ്ക്കാരുടെ നേതൃത്വ ത്തിൽ 1524ൽ മുസ്ലിങ്ങൾ ആക്രമിച്ചുകീഴടക്കി.........

നീണ്ട യുദ്ധത്തിനുശേഷവും കേരളത്തിന്റെ സമരവീര്യം നശിച്ചില്ല. ഇന്ത്യയിലെ 'റോബിൻഹുഡായി' വിദേശചരിത്രകാരന്മാർപോലും ചിത്രീകരിച്ചിട്ടുള്ള കുഞ്ഞാലി രണ്ടാമനാണ്, രണ്ടാം യുദ്ധമുഖത്ത് പ്രത്യ ക്ഷപ്പെടുന്നത്. തന്റെ പൂർവ്വികന്മാരുടെ ധീരോദാത്തതയെ പൂർവാധികം ഉയർത്തിക്കാട്ടി പറങ്കിപ്പടയെ നേരിട്ട ഈ പടനായകനോട് താരതമ്യം ചെയ്യാൻ ഇന്ത്യാചരിത്രത്തിൽ വളരെ പേരെ കാണുകയില്ല.........

സുപ്രസിദ്ധമായ ചാലിയം സമരത്തിനുശേഷം തീരപ്രദേശതുറമു ഖങ്ങളിൽ സൈനികശക്തി പൂർവ്വാധികം ഉത്സാഹത്തോടെ ഉറപ്പിച്ചു നിർത്താൻ രണശൂരനായ കുഞ്ഞാലി മൂന്നാമൻ ശ്രമിച്ചു........ വിപുലമായ രീതിയിൽ കപ്പൽനിർമ്മാണകേന്ദ്രം സ്ഥാപിക്കുക, പുതിയ വ്യാപാര മാർഗ്ഗങ്ങൾ കണ്ടുപിടിക്കുക, പ്രതിരോധത്തിനുതകുന്ന കോട്ടകൾ കെട്ടുക തുടങ്ങിയ ഭാരിച്ച പദ്ധതികളിലാണ് അദ്ദേഹം കൈയുന്നിയത്.

അന്നു നിർമ്മിച്ച സമരതന്ത്ര പ്രധാനമായ കോട്ടകളിൽ പ്രാധാന്യം അർഹിക്കുന്നതാണ് പുതുപ്പണംകോട്ട. ഈ കോട്ടയ്ക്കാണ് മരയ്ക്കാർ കോട്ട എന്നു പറയുന്നത്..... അവിശ്രമം യുദ്ധം ചെയ്തു രാജ്യത്തിന്റെ കാവൽഭടനായിത്തീർന്ന വന്ദ്യവയോധികനായ കുഞ്ഞാലി മൂന്നാമൻ താൻ മുഴുമിപ്പിക്കാത്ത കാര്യങ്ങൾ വിജയപൂർവ്വം പൂർണ്ണമാക്കാൻ കുഞ്ഞാലി നാലാമനെ ഭാരമേൽപ്പിച്ചു...........

1595ൽ കുഞ്ഞാലി നാലാമൻ പുതുപ്പട്ടണത്തെ മരയ്ക്കാർകോട്ട യുടെ അധിപതിയായും സാമൂതിരിയുടെ സർവ്വസൈന്യാധിപനായും അവരോധിക്കപ്പെട്ടു........ കുഞ്ഞാലിയുമായി സ്വരച്ചേർച്ചയില്ലാതിരുന്ന സാമൂതിരി പോർച്ചുഗീസുകാരുമായി 1597ൽ ഒരു സന്ധിയിലേർപ്പെട്ടു.... പോർച്ചുഗീസുകാരുടെ നിരന്തരമായ യുദ്ധപ്രേരണനിമിത്തം സാമൂതിരി കുഞ്ഞാലിയോട് യുദ്ധത്തിനൊരുങ്ങി. കരസൈന്യവും കടൽസൈന്യ വും തമ്മിലുള്ള യോജിപ്പില്ലായ്മയാൽ സാമൂതിരിയും പോർച്ചുഗീസു

കാരും ആ യുദ്ധത്തിൽ തോറ്റു. 1599ൽ സാമൂതിരിയും പോർച്ചുഗീസു കാരും ഒരു സന്ധിയിലൊപ്പിട്ടു. പോർച്ചുഗീസുകാരും സാമൂതിരിയും കുഞ്ഞാലിക്കെതിരായി ഒരു വലിയ സൈന്യം തയ്യാറാക്കി. യുദ്ധത്തിൽ നായർപട്ടാളത്തലവന്മാരും കോഴിക്കോട്ടെ പൗരമുഖ്യന്മാരും എതിര ഭിപ്രായം പ്രകടിപ്പിച്ചു...... വളരെ വാശിയോടുകൂടി കുഞ്ഞാലി യുദ്ധം ചെയ്തു. പുറത്തുനിന്നുള്ള പട്ടാളസഹായം ലഭിക്കാതായപ്പോൾ കുഞ്ഞാലി സന്ധിക്കപേക്ഷിച്ചു. ഈ സന്ധിയുടെ ലക്ഷ്യം ജനങ്ങളുടെ വിലയേറിയ ജീവൻ രക്ഷിക്കലായിരുന്നു. സാമൂതിരിക്കായി തന്റെ വാൾ സമർപ്പിച്ചു. കുഞ്ഞാലിയെ സ്വതന്ത്രനാക്കി വിടണമെന്നും നിരുപാധികം എല്ലാ തടവുകാരെയും മോചിപ്പിക്കണമെന്നും സാമൂതിരി ആവശ്യപ്പെട്ടു. പക്ഷേ, പോർച്ചുഗീസുകാർ മൃഗീയമായ ദണ്ഡനങ്ങൾ ഏല്പിച്ചശേഷം കുഞ്ഞാലിയെ വധിച്ചു.

ഒരു നൂറ്റാണ്ടുകാലത്തെ സംഭ്രമജനകമായ ചരിത്രത്തിൽ കുഞ്ഞാ ലി നാലാമന്റെ രംഗപ്രവേശനത്തോടുകൂടി അവിശ്വസനീയമായ ഒരു മാറ്റമാണ് അനുഭവപ്പെടുന്നത്. മലബാറിന്റെ മാനം കാക്കാനായി തലമുറകൾതന്നെ യുദ്ധക്കളത്തിൽ കഴിച്ചുകൂട്ടിയ രക്തസാക്ഷികളുടെ ഒരു സൈനിക കുടുംബമാണ് മരയ്ക്കാരുടേത്. കഴിഞ്ഞ കാലങ്ങളിൽ മരയ്ക്കാർമാരിൽ ആരുമായും സാമൂതിരിക്ക് ഭിന്നിക്കേണ്ടിവന്നിട്ടില്ല. രാജ്യഭദ്രതയെക്കരുതിയുള്ള എല്ലാ കാര്യങ്ങളിലും അവർ പരസ്പരമായി ആലോചിച്ചിരുന്നു. അവരുടെ ഐക്യംകൊണ്ടാണ് പറങ്കികൾക്ക് അർഹിക്കുന്നത്ര സ്വാധീനം നേടാൻ സാധിക്കാഞ്ഞത്..... ദുർബലനായ സാമൂതിരിപ്പാടാണ് കുഞ്ഞാലി നാലാമന്റെ കാലത്ത് രാജ്യഭരണ മേറ്റെടുത്ത്............

വിദേശികൾക്ക് കീഴടങ്ങുന്നതിനേക്കാൾ മരണമാണ് ഭേദമെന്നുള്ള മരയ്ക്കാർമാരുടെ പ്രതിജ്ഞ അക്ഷരംപ്രതി അനുഷ്ഠിക്കുകയാണ് കുഞ്ഞാലി നാലാമൻ ചെയ്തത്. തന്റെ വിശ്വസ്തനും രാജാധിപതി യുമായ സാമൂതിരിക്ക് ഉടവാൾ അടിയറ വെയ്ക്കാമെന്നും തന്റെ ജനങ്ങ ളുടെ ജീവൻ രക്ഷപ്പെടുത്തിയാൽ മതിയെന്നുമുള്ള കുഞ്ഞാലിയുടെ അപേക്ഷയിൽ ഒരു ദേശാഭിമാനിയുടെ നിഷ്ക്കളങ്കത നിഴലിച്ചുകാണാം".

കുഞ്ഞാലിമരയ്ക്കാർ സ്മാരക മ്യൂസിയം

കോട്ടയ്ക്കൽ വലിയ ജുമു അത്ത് പള്ളി

ഇരിങ്ങൽ പാറ

റഫറൻസ് ഗ്രന്ഥങ്ങൾ

(എ) മലയാളം

1. അപ്പുണ്ണി നമ്പ്യാർ, എം സി,   വടക്കൻപാട്ടുകൾ

2. അൽവാരീസ്, ക്ലോഡ്.,   അധിനിവേശത്തിന്റെ അഞ്ഞൂറു വർഷങ്ങൾ

3. കടത്തനാട് ജനസംസ്കാര പഠനകേന്ദ്രം,പ്രദേശം രാഷ്ട്രം ലോകം കടത്തനാടിന്റെ സാഹിത്യപാരമ്പര്യം പഠനം

4. കേരള ഹിസ്റ്ററി അസോസിയേഷൻ.,   കേരളചരിത്രം വാല്യം രണ്ട്

5. ഗുണ്ടർട്ട്, ഡോ. ഹെർമൻ.,   കേരളപ്പഴമ

6. ഡോ.പി ബി സലിം ഐ എ എസ്സ്, എൻ പി ഹാഫിസ് മുഹമ്മദ്, എം സി വസിഷ്ഠ് (എഡിറ്റേഴ്സ്).,   മലബാർ: പൈതൃകവും പ്രതാപവും

7. നമ്പൂതിരി, ഡോ. എൻ എം,   സാമൂതിരിചരിത്രത്തിലെ കാണാപ്പുറങ്ങൾ

8. നമ്പ്യാർ, ഒ കെ (വിവർത്തനം: ടി വി കൃഷ്ണൻ).,   പോർച്ചുഗീസ് കടൽക്കള്ളന്മാരും ഇന്ത്യൻ നാവികരും.

9. നാരായണൻ, ഡോ. എം ജി എസ്സ്,   കോഴിക്കോട് ചരിത്രത്തിൽനിന്ന് ചില ഏടുകൾ

10. പണിക്കശ്ശേരി, വേലായുധൻ.,   കേരളം പതിനഞ്ചും പതിനാറും

		നൂറ്റാണ്ടുകളിൽ
11.	" "	സഞ്ചാരികൾ കണ്ട കേരളം
12.	പണിക്കോട്ടി, എം കെ,	വടക്കൻപാട്ടുകളിലൂടെ
13.	പരപ്പിൽ, മമ്മദ്കോയ പി പി,	കോഴിക്കോട്ടെ മുസ്ലീങ്ങളുടെ ചരിത്രം
14.	രാജൻ കെ പി ക്യാപ്റ്റൻ.,	കേരളം: തുറമുഖചരിത്രങ്ങളിലൂടെ
15.	രാഘവവാര്യർ, ഡോ. എം ആർ & രാജൻ ഗുരുക്കൾ, ഡോ. പി എം,	കേരളചരിത്രം
16.	ലോഗൻ, വില്യം., (വിവർത്തനം: ടി വി കൃഷ്ണൻ).,	മലബാർ മാന്വൽ
17.	വൈദ്യനാഥയ്യർ, ജി,	പതിറ്റുപ്പത്ത്
18.	ശ്രീധരമേനോൻ, പ്രൊഫ. എ,	കേരളചരിത്ര ശില്പികൾ
19.	സ്കറിയ, ഡോ. സ്കറിയ (ജനറൽ എഡിറ്റർ).,	തച്ചോളിപ്പാട്ടുകൾ
21.	സെയ്ത് മുഹമ്മദ്, പി എ,	കേരളമുസ്ലിം ചരിത്രം.

(B) English

1.	Ashin Das Gupta & M.N. Pearson (Ed).,	India and the Indian ocean 1500-1800
2.	Batuta, Ibn.,	The Travels of Ibn Batuta
3.	Champakalakashmi.R.,	Trade, Ideology and urbanisation
4.	Curtin, Philip D.,	Cross Cultural Trade in World History
5.	Dames, M.L.,	The Book of Duarate Barbosa
6.	Day, Francis.,	The Land of the Perumals
7.	Govt.of Kerala.,	Kerala District Gazatteers, Kozhikode
8.	Kesavan Veluthat & Sudhakaran P.P. (Ed).,	Advances in History
9.	Krishnayyer. K.V.,	The Zamorins of Calicut
10.	Kurup, Dr.K.K.N.,	Aspects of Kerala History and Culture
11.	Kunjan Pillai, Elamkulam.,	Studies in Kerala History
12.	Menon, A. Sreedhara.,	A Survey of Kerala History
13.	Miller, Roland.,	Mappila Muslims of Kerala
14.	Nambiar O.K.,	The kunjalis, Admirals of Calicut

15. Narayanan, Dr.M.G.S.,   Calicut: The City of Truth Revisited
16. Panikkar,K.M.,   A History of Kerala
17. Raja P.K.S.,   Medieval Kerala
18. Sastri, K.A. Nilakanta., A History of South India
19. Shaykh Zainuddin.,   Tuhfat ul-Mujahidin
                            (Translated by S Mohammad Husayn Nainar)
20. Subrahmanyam, Sanjay.,   The Career and Legend of Vasco Da Gama
21. Ward and Corner.,   A Descriptive Memoir of Malabar.

(C)

ഗൈഡ് ബുക്ക്, കുഞ്ഞാലിമരയ്ക്കാർ സ്മാരക മ്യൂസിയം
(കേരളസർക്കാർ സംസ്ഥാന പുരാവസ്തുവകുപ്പ് പ്രസിദ്ധീകരണ വിഭാഗം)

(D)

Magazine: 'Horizon 2007' published by S.A.R.B.T.M. Govt.College, Koyilandy